தமிழில் அச்சுப்பண்பாடு
சீர்திருத்தக் கிறிஸ்தவர்களும் முஸ்லிம்களும்

தமிழில் அச்சுப்பண்பாடு

சீர்திருத்தக் கிறிஸ்தவர்களும் முஸ்லிம்களும்

அ.மார்க்ஸ்

எழுத்து
பிரசுரம்

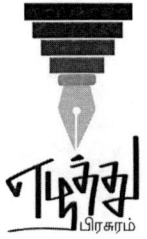

Title : Thamizhil Achu Panpadu
Author's Name : A. MARX
Copyright © A. MARX 2021
Published by Ezutthu Prachuram

All rights reserved. No part of this publication may be reproduced, stored in a retrieval system, or transmitted, in any form or by any means, electronic, mechanical, photocopying, recording, psychic, or otherwise, without the prior permission of the publishers.

Ezutthu Prachuram
(An imprint of Zero Degree Publishing)
No.55(7), RBlock,
6th Avenue, Anna Nagar
Chennai - 600040

Website: www.zerodegreepublishing.com
E Mail id: zerodegreepublishing@gmail.com
Phone : 98400 65000

Ezutthu Prachuram First Edition: February 2021
ISBN : 978-81-951259-3-7
TITLE NO EP : 188

Cover Design : Digishtaa Creatives
Layout : Thendral Sivakumar
Printed at Manipal Technologies, India.

முன்னுரை

எனது குறுநூல்களில் எனக்குப் பிடித்த நூல் இது. இதில் உள்ள இரு கட்டுரைகளில் ஸீகன்பால்கு குறித்த முதல் கட்டுரை எழுதப்பட்ட பின்புலம் பற்றி அதன் முன்னுரையில் எழுதியுள்ளேன். தமிழில் அச்சுப் பண்பாடு குறித்து எழுதும் யாரும் கிறிஸ்தவர்களும், முஸ்லிம்களும் அச்சுத் தொழில்நுட்பத்தில் முன்னோடிகளாக இருந்ததைக் குறிப்பிடுவர். தாங்கள் வேதம் வழங்கப்பட்டவர்கள் என்பது அவர்களின் நம்பிக்கை. தமக்கு அருளப்பட்ட அவ்வேதங்களை வாசிப்பதற்கும், மற்றவர்களுக்கும் பரவலாக அறியத் தரும் பொருட்டும் அவர்கள் அச்சுக் கலைக்கு அதிக முக்கியத்துவம் அளித்தனர். மற்ற மதத்தாருக்கும் கூட புனித நூற்கள் உண்டென்ற போதிலும் அவற்றை அனைவரும் கற்க வேண்டும் என்கிற கடப்பாடு இல்லாததன் விளைவாகவோ என்னவோ இங்கு அச்சுக்கலை குறித்த ஆர்வம் இஸ்லாமிய, கிறிஸ்தவ மதங்களின் வருகைக்கு முன்னதாக ஏற்படவில்லை.

அச்சுக்கலையை இங்கு அறிமுகம் செய்தவராக இன்று ஸீகன்பால்கு கொண்டாடப்படுவதை ஏற்க இயலாது என்கிற கருத்தும் இங்கு உண்டு. ஒருவகையில் அது உண்மைதான். முன்னதாகவே கிறிஸ்தவப் பாதிரிமார்கள் இங்கே தம் வேதங்களில் சிலவற்றை அச்சில் கொண்டு வந்தபோதிலும் அச்சிடப்பட வேண்டியவற்றை மரம் அல்லது கற்களில் செதுக்கிப் பின் அதைக் கொண்டு பிரதிகள் எடுப்பது அல்லது லிஸ்பன் போன்ற வெளிநாடுகளில் நிறுவப்பட்டிருந்த அச்சுப்பட்டறைகளில் நூல்களை அச்சிட்டு இங்கு கொண்டுவருவது என்கிற நிலையே இங்கு அதிகம் இருந்தது. நவீன அச்சுக்கோர்ப்பு முறையில் அதிக அளவில் இங்கு நூல்கள் அச்சிடப்பட்டதில்லை. மனுவேல் மார்டின் மற்றும் ராபர்ட் டீ நொபிலி ஆகியோரின் நூல்கள் ஏற்கனவே எழுதப்பட்டிருந்தாலும் 1578 முதல் 1612 வரை இங்கு அவை அச்சிடப்படாமலேயே கிடந்தன. இப்படியான பின்னணியில்தான் ஸீகன்பால்கு முயற்சியில் 1711 இல் முதல் அச்சுப் பட்டறை (printing press) ஒன்று தரங்கம்பாடியில்

அமைந்து அச்சுக் கோர்ப்பு முறையில் இங்கு அதிக அளவில் நூல்கள் அச்சிடப்படுவது தொடங்கியது.

இந்த நூல் எழுத நேர்ந்த பின்னணி குறித்து இதன் முதல் பதிப்பிற்கு எழுதியுள்ள முன்னுரையில் குறிப்பிட்டுள்ளேன். இந்த நூலை இன்று அழகுற அச்சிடும் ஸீரோ டிகிரி பதிப்பகத்திற்கும், முதல் பதிப்பை வெளியிட்ட வம்சி பதிப்பகத்திற்கும் என் நன்றிகள் உரித்தாகின்றன.

இந்தக் குறுநூலை ஸீகன்பால்கு அவர்களின் நினைவிற்கு அர்ப்பணிக்கிறேன்.

அ.மார்க்ஸ்,

பிப்ரவரி 17, 2021, சென்னை.

முதல் பதிப்பின் முன்னுரை

பொறையாரிலுள்ள விஜியின் வீட்டிற்கு ஆண்டிற்கு ஒரு முறை சென்று இரண்டொரு நாட்கள் இருவரும் தங்குவது வழக்கம். ஓய்வு பெற்ற தலைமையாசிரியையான அவரின் அம்மா அங்கே தனது பழமையான ஓட்டு வீட்டில் தனியாக வசித்து வருகிறார். பொறையாரில் எனக்கு நண்பர்கள் யாருமில்லை. கல்லூரி நாட்களாயின் நண்பர் ராஜமுருகுபாண்டியனைச் சந்திப்பதுண்டு. மற்றபடி அங்குள்ள நாட்களில் எனக்கு இரண்டே பொழுது போக்குகள். சுமார் 2 கி.மீ தொலைவிலுள்ள தரங்கம்பாடியின் வரலாற்று எச்சங்களைச் சென்று ரசித்தல், கடற்கரை ஓரமாகக் கம்பீரமாகக் காட்சியளிக்கும் டேனிஷ் கோட்டையில் ஒருமுறை ஏறி இறங்குதல் என்பது ஒன்று. மற்றது அருகிலுள்ள காரைக்கால் கடற்கரையில் புதுச்சேரி அரசின் சுற்றுலாத்துறை நடத்துகிற கடலோர பாரில் மாலை நேரங்களைக் கழித்தல்.

காலையில் 'வாக்கிங்' செல்லும்போது பொறையார் TBML கல்லூரி வளாகத்தில் உள்ள எருசலேம் ஆலயத்தின் பின்புறம் அமைந்துள்ள கல்லறை வாசகங்களை ஒவ்வொன்றாய்ப் படிப்பது எனக்குப் பிடித்த பொழுது போக்குகளில் ஒன்று. அதேபோல் தரங்கம்பாடி புதிய எருசலேம் ஆலயத்திலும் ஸீகன்பால்க் உள்ளிட்ட பலரின் பழங்கல்லறைகளும் அதிலுள்ள வாசகங்களும். பைபிளில் அதிகம் பயிற்சியில்லாத எனக்கு இந்த கல்லறை வாசகங்கள் கவிதைகளைப் படிக்கும் அனுபவத்தைத் தந்தன. இப்படியாக எனக்கும் தரங்கம்பாடி லுத்தரன் கிறிஸ்தவ வரலாற்றுச் சின்னங்களுக்கும் ஒரு தொடர்பு உருவானது.

இந்நிலையில்தான் முதல் சீர்திருத்தக் கிறிஸ்தவ மறைப்பணியாளர்களான பார்த்தலோமஸ் ஸீகன்பால்கும் ஹென்ரிச் புளூட்சோவும் தரங்கம்பாடியில் கரை இறங்கிய 300 ஆம் ஆண்டு விழாவை ஒட்டிய நிகழ்ச்சிகளில் ஈர்ப்புற்றேன். ரோஜா முத்தையா நூலக வளாகத்தில் ஏற்பாடு செய்யப்பட்டிருந்த நினைவுக் கண்காட்சியும், பின்னர், சென்னை

புரசைவாக்கத்திலுள்ள குருகுலம் அமைப்பின் சார்பாக ஏற்பாடு செய்யப்பட்ட கருத்தரங்குகளும், வெளியிடப்பட்ட சில நல்ல நூற்களும் ஸீகன்பால்க் குறித்த பல செய்திகளை நான் அறியக் காரணமாயின. நிறைவு நாளில் தரங்கம்பாடியில் நடைபெற்ற நிகழ்ச்சிகளுக்கும் சென்றேன். கூட்டம் கலைந்த பின் அடுத்த நாள் சென்று புகைப்படங்களும் எடுத்துக் கொண்டேன்.

வாங்கிய நூற்களைப் புரட்டியபோது ஸீகன்பால்க் குறித்த இக்கட்டுரையை எழுதும் எண்ணம் உருவாயிற்று. எழுத எழுத விரிவான இக்கட்டுரையை 'தீராநதி' இதழும் முகம் சுழிக்காமல் வெளியிட்டது. கடைசி இதழில் எத்தனை பக்கம் ஒதுக்க வேண்டும் எனக் கேட்டனர். 'ஆறு பக்கங்கள்' எனச் சொன்னேன். எனினும் எனது கட்டுரை அதை விடச் சற்றுப் பெரியதாகப் போய் விட்டதால் இறுதிப் பகுதியைச் சற்றே சுருக்கியே அவர்களால் வெளியிட முடிந்தது. இங்கு இக்கட்டுரை முழுமையாக வெளியிடப்படுகிறது. முஸ்லிம் பதிப்பு முயற்சிகள் பற்றி எழுத நேர்ந்த சூழலை அக்கட்டுரைத் தொடக்கத்தில் குறிப்பிட்டுள்ளேன். முஸ்லிம்களுக்கும் கிறிஸ்தவர்களுக்கும் இருந்த பாரம்பரியமான முரண்கள் இங்கும் எதிரொலித்தபோதும் ஸீகன்பால்க் போன்றோர் மிகவும் அறிவார்ந்த உறவை முஸ்லிம்களுடன் பேணி வந்துள்ளது குறிப்பிடத்தக்கது. அச்சு ஊடகம் சமூகத்தில் விளைவிக்கும் ஒருமையாக்க முயற்சிகளை விளங்கிக் கொள்ளவும் இரண்டாவது கட்டுரை பயன்படும்.

அ.மார்க்ஸ்
2006 அக்டோபர் 4
சென்னை 600 020

1

முதல் சீர்திருத்தக் கிறிஸ்தவ மறைப் பணியாளர்களான பார்த்தலோமஸ் ஸீகன்பால்கும் (1682 – 1719) ஹெய்ன்ரிச் புளுட்சோவும் (1675 – 1752) (பழைய) தஞ்சை மாவட்டத்தின் வங்கக் கடலோரக் கிராமமான தரங்கம்பாடியில் தரையிறங்கிய (ஜூலை 9, 1706) முன்னூறாம் ஆண்டு நினைவு நாள் சென்னையிலும் தரங்கம்பாடியிலும் ஒருவாரம் முழுவதும் (ஜூலை 3-9, 2006) சீர்திருத்தக் கிறிஸ்தவ மறைப்பணி அமைப்புகளால் சிறப்பாகக் கொண்டாடப்பட்டது. புரசைவாக்கத்திலுள்ள குருகுல லுத்தரன் மறையியல் கல்லூரி மற்றும் ஆய்வு நிறுவனத்தில் பல ஆய்வாளர்களும் மறையியல் அறிஞர்களும் பங்கு பெற்ற கருத்தரங்குகள் நடத்தப்பட்டன. ஸீகன்பால்க் மற்றும் தரங்கம்பாடி மிஷன் குறித்துச் சில நல்ல நூற்களும் வெளியிடப்பட்டன. டானிஷ் ஹல்லே மிஷனின் (தரங்கம்பாடி மிஷன்) தாய் நிறுவனமான ஃப்ரான்க் ஃபவுன்டேஷன் சென்னை ரோஜா முத்தையா ஆய்வு நூலகத்தில் தகவல்கள் நிரம்பிய கண்காட்சி ஒன்றையும் ஏற்பாடு செய்திருந்தது.

தரங்கம்பாடியில் நடைபெற்ற விழாவில் ஸீகன்பால்குவின் சிலை ஒன்று திறக்கப்பட்டதுடன் அவர் கட்டிய புதிய எருசலேம் ஆலயம் (1718) புதுப்பிக்கப்பட்டு மறு அர்ப்பணம் செய்யப்பட்டது. சிலை அருகில் 24 அம்சங்களில் ஸீகன்பால்க் முதல் சாதனையாளராக இருந்தார் என ஆங்கிலத்திலும், தமிழிலும் பட்டியலொன்றைப் பொறித்துள்ளனர். இந்தியா வந்த முதல் சீர்திருத்தக் கிறிஸ்தவ மறைப் பணியாளர், முதல் இந்திய அச்சகத்தைத் தொடங்கியவர், முதலில் விவிலியத்தைத் தமிழில் ஆக்கியவர்,

பார்த்தலோமஸ் ஸீகன்பால்க்

அச்சுகளையும் காகிதத்தையும் உருவாக்கத் தொழிற் கூடங்களை அமைத்தவர், முதல் பெண்கள் பள்ளியைத் தொடங்கியவர், அநாதைக் குழந்தைகளுக்கான காப்பகத்தை முதலில் உருவாக்கியவர், பாடநூற்களை முதலில் அச்சிட்டவர், மதிய உணவுத் திட்டத்தை முதலில் தொடங்கியவர், தமிழர்களுக்கென முதல் சீர்திருத்தக் கிறிஸ்தவ ஆலயத்தை உருவாக்கி அதில் முதன்முதலில் தமிழில் ஆராதனை நிகழ்த்தியவர், ஜெர்மனியில் தமிழ் கற்கப் பரிந்துரைத்தவர் எனப் பட்டியல் நீள்கிறது.

முதன் முதலில் சீர்திருத்தக் கிறிஸ்தவ மறைப்பணியைத் தொடங்கியவர் என 'சர்ச்' வட்டாரத்திலும், தமிழகத்தில் முதலில் அச்சு எந்திரத்தை நிறுவிப் புத்தகங்களை அச்சிட்டவர் எனத் தமிழறிந்தவர்கள் மத்தியிலும் அறியப்பெற்ற பார்த்தலோமஸ் ஸீகன்பால்க்கின் வாழ்வும் பணியும் பல பரிமாணங்களை உடையன. அச்சு எந்திரமும் நூல் வெளியீடும் தமிழகத்தில், குறிப்பாகச் சாதாரண மக்கள் மத்தியில், அறிவுப் பரவலில் (knowledge dissemination) ஏற்படுத்திய பெரும் புரட்சி நமது கற்பனைகளின் எளிய வரம்புகளுக்கு அப்பாற்பட்டது. அறிவுத்துறை ஏகபோகத்தில் அது ஒரு சிதைவை ஏற்படுத்தியது. மடங்களிலும், உயர்சாதிப் புலமையாளர்களின் இல்லங்களிலும், அரசவைகளிலும் சிறையிருந்த தமிழ் அறிவு, பொதுச் சொத்தாவதற்கான கால்கோள் இடப்பட்டது. சைவம், வைணவம், அவைதீகம் என்றெல்லாம் தமிழிலக்கியங்கள் கூறுபோடப்பட்டு தனித்தனித் தீவுகளில் முடங்கியிருந்த நிலை மாறி ஒட்டு மொத்தத் தமிழிலக்கியம், தமிழ் மக்கள், தமிழ்த் தேசிய உணர்வு குறித்த ஒரு பார்வை விசாலிப்பிற்கும் அது வழிவகுத்தது.

அச்சுப் பண்பாட்டிற்குக் கால்கோளிட்டதற்கு எவ்விதத்திலும் குறையாத முக்கியமான இன்னொரு பணியைச் செய்தவராகவும் ஸீகன்பால்க் இந்த முன்னூறாம் ஆண்டு விழாக்களில் மேலுக்கு வந்துள்ளது நமது கவனத்திற்குரியது. பதிமூன்றே

ஆண்டுகள் தமிழ் மண்ணில் வாழ்ந்து இளம் வயதிலேயே (34) மரித்துப்போன ஸீகன்பால்க் ஒரு மிகப் பெரிய உரையாடல் நிகழ்த்துனராக வாழ்ந்தார். தொடர்ந்து பிற மதத்தாருடனும், தமிழ்ப் புலமையாளர்களுடனும், சாதாரண மக்களுடனும் கலந்துரையாடி, தனது கருத்துகளை அவர்களிடம் பிரச்சாரம் செய்து, அவர்களது கருத்துகளைக் கவனமாய்ச் செவி கொடுத்து தொகுத்துக் கொண்டார். தொகுத்தவற்றை அறிக்கை களாகவும், ஆய்வு நூற்களாகவும், மொழியியற் பதிவுகளாகவும், மொழியாக்கங்களாகவும் அய்ரோப்பாவிற்கு அனுப்பினார். சிலவற்றைத் தனது வாழ்நாளிலேயே வெளியிடவும் ஏற்பாடு செய்தார். சில முக்கிய நூல்கள் நூறாண்டுகளுக்குப் பின் மொழியாக்கப்பட்டு நூல் வடிவம் பெற்றன. இந்தியச் சமூகம், மதங்கள், கடவுளர், பண்பாடு ஆகியன குறித்து அய்ரோப்பாவில் இதற்கு முன் உருவாகியிருந்த ஒற்றைப் பிம்பங்கள் இதன் மூலம் சிதைந்தன. தென்னிந்தியச் சமூகம் (மலபாரியர்கள்) குறித்ததெனவே அவர் தனது பதிவுகளைச் செய்தாரென்றபோதிலும் இம்மக்களின் மதம், பண்பாடு முதலியன இன்னும் பரந்து பட்ட, இந்தியத் துணைக்கண்ட அளவிலான ஒன்றின் அங்கமாகவே அமைந்துள்ளன என்கிற புரிதல் இவருக்கிருந்த வகையில் பல பத்தாண்டுகளுக்குப் பின் வடக்கே உருவான (1784) ஆசியக் கழகத்தினரான வில்லியம் ஜோன்ஸ் முதலானோரின் பணிகளுக்கு முன்னோடியாகவும் மாற்றுக் குறையாததாகவும் அவரது பதிவுகள் அமைந்துள்ளன.

இதற்கென அவர் மேற்கொண்ட ஆய்வு முறைகள் குறிப்பிடத்தக்கன. இன வரைவியல் அறிஞரான எஸ்தர் ஃபிஹ்றல், ஜெர்மனி மொழி அறிஞர் ஹீகால்ட் ஃக்ரேப் போன்றோர் ஸீகன்பால்குவின் ஆய்வு முறை யியலையும், நேர்மையையும் வெகுவாகப் பாராட்டி யுள்ளனர். குறிப்பாகத் தமக்குத் தகவல்கள் அளித்த இந்தியர்கள் பற்றிய குறிப்பை அவர் பதிவு செய்துள்ள விதத்தை ஃபிஹ்றல் குறிப்பிட்டுச் சொல்வார் (பார்க்க: Daniel Jayaraj, Calonialism and Mission in Tranquebar) எதிர்வரும் யாருடனும் உரையாடுதல், திட்டமிட்ட சந்திப்புகளை நிகழ்த்திச் சமய உரையாடல்களை மேற்கொள்ளுதல், பலரும் அறிந்த புலமையாளர்களுக்குக் கடிதம் எழுதி சமயம், பண்பாடு, கல்விமுறை தொடர்பான கேள்விகளை முன் வைத்துப் பதில்

கோரித் தொகுத்தல், திண்ணைப் பள்ளிகளுக்குச் சென்று அங்கு பாடம் சொல்லுபவற்றை அவதானித்தல், சமயம், இலக்கியம், மருத்துவம், கட்டிடக் கலை, இலக்கணம் முதலான பல்துறை நூற்களைத் தொகுத்தல், முக்கியமானவற்றை மொழி பெயர்த்தல் என்கிற வடிவங்களில் அவர் முயற்சிகள் அமைகின்றன. இதற்கென அவர் தொலைதூரப் பயணங்களை மேற்கொள்ளவும் தயங்கியதில்லை. 1708ல் சுமார் இரண்டு மாதங்கள் சென்னை சாந்தோமில் தங்கிப் பார்ப்பன, வேளாளப் புலமையாளர்களுடன் அவர் மேற்கொண்ட உரையாடல்கள் குறிப்பிடத்தக்கன.

1707 தொடங்கி 1718 முடிய ஸீகன்பால்க் மேற்கொண்ட 54 உரையாடல்கள் ஆண்டு வாரியாகத் தொகுக்கப்பட்டு ஹலேயில் உள்ளன (பார்க்க: Siguard Von Sicard, Zieganbalg and the Muslims). இவற்றுள் 12 உரையாடல்கள் முஸ்லிம் மதத்தவருடன் மேற்கொள்ளப் பட்டுள்ளன. 34 உரையாடல்களை ஜெர்மனியிலிருந்து ஆங்கிலத்தில் மொழி பெயர்த்து, “டானிஷ் மிஷனரிகளுக்கும் மலபாரியப் பார்ப்பனர்களுக்கும் கிறிஸ்தவ மதத்தின் உண்மை குறித்து நடைபெற்ற 34 கருத்துப் பரிமாற்றங்கள்” என்பதாக 1719ல் லண்டனில் வெளியிட்டனர். இம்மொழிபெயர்ப்புத் தலைப்பில் பல தவறுகள் உள்ளன. வெறும் பார்ப்பனர்களுடன் மட்டும் மேற்கொள்ளப் பட்டவையல்ல அவ்வுரையாடல்கள். அதிக அளவில் வெள்ளாளர்கள் அதில் பங்குபெற்றுள்ளனர். பண்டாரங்கள் முதலியோருடனும் உரையாடல்கள் மேற்கொள்ளப்பட்டுள்ளன.

பிரிட்டிஷ் சீர்திருத்தக் கிறிஸ்தவ மறைப் பணியாளர்கள் கற்பித்த இந்து மதம் குறித்து விரிவாக ஆய்வு செய்துள்ள ஜியோஃப்ரே ஏ.ஓடி (Imagined Hinduism) என்பார் மற்ற மிஷனரிகளிடமிருந்து ஸீகன்பால்க் வேறுபடும் புள்ளியாகச் சொல்வது குறிப்பிடத்தக்கது. எல்லோரும் இந்து மதத்தைப் பார்ப்பனர்களின் மேலாண்மையிலான ஒருபடித்தான மதமாகக் கட்டமைத்தபோது ஸீகன்பால்க் ஒருவரே தமிழ்ச் சூழலில் இந்து மத மேலாண்மையில் வேளாளர்களின் பங்கை வற்புறுத்தியவர். இந்து மதம் என்பது சைவம், வைணவம், நாட்டார் வழிபாடுகள் எனப் பல உட்பிரிவுகள் (Sects) கொண்டதாக உள்ளதையும் சுட்டிக் காட்டியவர்.

இந்த உரையாடல்கள் ‘conference’ எனக் கூறப்படுகிறது. ‘மாநாடு’ என்னும் பொருளில் இதைப் புரிந்து கொள்ளக் கூடாது. லத்தீன்மொழி வேரிலிருந்து (‘con+fere’) உருவான இச்சொல் ‘பகிர்வு’ என்ற மதம் சார்ந்த பொருளுடைய ஒன்று.

ஸீகன்பால்கும் அவருக்குப் பின் மூன்றாண்டுகள் கழித்து வந்த மறைப்பணியாளரான க்ரன்ட்லரும் சுற்று வட்டாரத்தில்ள தமிழ்ப் புலமையாளர்கள் பலருக்கும் வினாத் தொகுப்புகள் நிரம்பிய கடிதங்களை எழுதி அவற்றுக்கான பதில்களின் மூலமும் தமிழ் மக்களின் மதங்கள், நம்பிக்கைகள் மற்றும் நடைமுறைகள் பற்றி விளங்கிக்கொண்டனர். 1712 செப்டம்பர் 17க்குள் தஞ்சையிலிருந்த தமிழறிஞர்களிடமிருந்து 26 கடிதங்கள் அவர்களுக்குக் கிடைத்தன. 1712 இறுதிக்குள் மேலும் 58 பதில்களை அவர்கள் பெற்றனர். ‘Malabarische Correspondenz’ (தமிழ்க் கடிதங்கள்) என்கிற பெயரில் இவற்றை ஜெர்மனி மொழியில் ஜனவரி 1, 1713ல் வெளியிட்டார் ஸீகன்பால்க். தேவையான அடிக் குறிப்புகளுடன் அது வெளிவந்தது. தொடர்ந்து பல கடிதங்கள் தமிழ் நபர்களிடமிருந்து வந்த வண்ணமிருந்தன. க்ரன்ட்லர் மேலும் 46 கடிதங்களை மொழியாக்கினார். ஸீகன்பால்குவின் ஆசிரியரும் வழி காட்டியுமாக இருந்த ஆகஸ்ட் ஹெர்மன் ஃப்ராங்க் (1663 – 1727) அவற்றை 1717ல் வெளியிட்டார். தமிழ்ப் புலமையாளர்கள் தம் சமூகம், மதம், தாம் எதிர் கொண்டுள்ள கிறிஸ்தவம் ஆகியன குறித்து வெளிப்படையாக என்ன நினைத்தார்கள் என்பதைப் புரிந்து கொள்ள உதவும் முக்கிய ஆவணங்களாக இவை திகழ்கின்றன.

என்ன மாதிரியான கேள்விகள் ஸீகன்பால்கால் முன் வைக்கப்பட்டன என்பதற்கு எடுத்துக்காட்டாக “தமிழ்க் கடிதங்களில்” சேர்க்கப்பட்டுள்ள இரண்டாம் கடிதத்தில் அவர் எழுப்பியுள்ள 18 கேள்விகளை மொழிபெயர்த்துத் தருகிறார் டேனியல் ஜெயராஜ் (B.Zieganbalg an Indian Assessment). அவை:

> “தமிழ் மதங்கள் மீட்கும் வல்லமையுடைனவா? தமிழ் மதங்கள் ஒதுக்கும் பாவங்களும் போற்றும் நன்மைகளும் யாவை? பிராமணர்கள் ஏன் வேத ஞானத்தைத் தம் ஏகபோகமாக்கிக் கொள்கின்றனர்? மற்றவர்களுக்கு ஏன் சொல்ல மறுக்கின்றனர்? பாவம் உலகில் எவ்வாறு தோன்றியது? நல்ல, பக்தியான

மக்களின் பண்புகள் யாவை? பக்தி நிறைந்த நற்பண்பாட்டு டையவர்களுக்கு இவ்வுலகில் கிடைக்கும் நன்மைகள் யாவை? தீயவர்களுக்குக் கிடைக்கும் தண்டனைகள் யாவை? இறப்பிற்குப் பின் ஆன்மாவின் நிலை என்ன? சாரிபாதம், கிரிய பாதம், யோகபாதம், ஞானபாதம் இவை ஒவ்வொன்றிற்கான செயற்பாடுகள் என்ன? பாவ[1] நீக்கத்திற்கான வழிகள் என்ன? ஏன் தென் இந்தியர் பலதார மணம் புரிகின்றனர்? ஏன் விதவைகள் உடன்கட்டை ஏற்றப்படுகின்றனர்? விதவைகள் ஏன் உயிருடன் எரிபட அனுமதிக்கின்றனர்? தமிழ் மக்களின் திருமணச் சடங்குகள் யாவை?" (ஆங்கிலத்திலிருந்து நான் தமிழில் மொழி பெயர்த்தவை இவை. ஸீகன்பால்கு தமிழில் எழுப்பிய வடிவமல்ல இது – அ.மா)

இது போன்ற கேள்விகளை மட்டுமே அவர் எழுப்பினார் என்பதல்ல. தமிழ் வாழ்வின் பல்வேறு அம்சங்களைக் குறித்தும் கேள்விகள் எழுப்பப்பட்டன.

கிறிஸ்தவம் குறித்துத் தமிழர் ஒருவர் எழுதிய பதில் ஒன்றிலிருந்து...

"பசுக்களைக் கொன்று தின்னும் வழக்கத்தினால் தமிழ் மக்களாகிய நாங்கள் கிறிஸ்துவர்களை வெறுக்கிறோம். மலம் கழித்தபின் அவர்கள் நீர் கொண்டு சுத்தம் செய்வதில்லை. கடும் போதையுள்ள சாராயம் அருந்துகின்றனர். இறந்தவர்களின் ஆன்மா முக்தியடைவதற்கு ஏற்ப இறப்புச் சடங்குகள் செய்வதில்லை. திருமணங்களையும் அவர்கள் கொண்டாடுவதில்லை. கிறிஸ்துவத்தை ஒரு மதம் என்கிற வகையில் நாங்கள் வெறுக்கவில்லை. அது நல்ல மதம்தான். ஆனால் அது நற்கடமைகளைக் கோருவதில்லை. எங்கள் மதம் புனிதமானது மட்டுமன்று. ஏராளமான நற்கடமைகளையும் (ஒழுக்கங்களையும்) அது வற்புறுத்துகிறது."

1712 அக்டோபர் 25ல் எழுதப்பட்ட ஒரு கடிதம் தமிழ்க் கல்விமுறை குறித்து விரிவாகப் பேசுகிறது. புதிதாக ஒரு மாணவனைத் திண்ணைப் பள்ளியில் சேர்க்கும் போது மேற்கொள்ளப்படும் சடங்குகள் – வினாயகரை வணங்கிய பின் உபாத்தியாயர் அறிவறியிலிருந்து தமிழ் எழுத்துக்களை

1 பாவம் என்பது இங்கே sin எனும் பொருளில் பயன்படுத்தப்படுகிறது

மூன்று ஓலைகளில் எழுதுதல், பின் அவ் ஓலைகளை மஞ்சள் தடவி எல்லோரையும் தொட்டு வணங்கச் செய்தல். பின் அவ் எழுத்துக்களை உபாத்தியவர் படிக்க மாணவன் திருப்பிச் சொல்லுதல், எல்லோருக்கும் வெற்றிலை பாக்கு கொடுத்த பின்பு மாணவனைப் பள்ளிக்கு அழைத்துச் செல்லுதல் முதலியன – கடிதத்தில் விரிவாக சொல்லப்படுகின்றன. மீண்டும். மாணவன் வீட்டுக்கு வரும் போது ஆசிரியருக்கு விருந்தும், பரிசுப் பொருட்களும், கட்டணமும் வழங்கப்படும். பணக்காரர்கள் பல்லக்கில் ஊர்வலம் வருவதுமுண்டு. 'அறிவறி'யிலிருந்து எழுத்துக்களை மணலில் எழுதக் கற்றுக் கொண்ட மாணவன் பின்னர் 'அரிச்சுவடி' கற்கிறான். பின்னர் 'கொன்றை வேந்தன்.' பின் மணலில் எண்களை எழுதக் கற்கிறான். கணிதமும் சொல்லித் தரப்படுகிறது. பின் 'வேழமுகத்' திலிருந்து பக்திப் பாடல்களைக் கற்கிறான். பின் கூட்டல், பெருக்கல் முதலிய கணக்குகள், சிறு சொற்களை வாசித்தல், 'மூதுரை' 'நல்வழி', ஆகிவற்றைக் கற்றல் எனக் கல்வி தொடர்கிறது.

இன்னும் கொஞ்சம் கடினமான கணக்குகள் சொல்லித் தரப்படுகிறது. எழுத்தாணி கொண்டு ஓலைகளில் எழுதப் பயிற்சி அளிக்கப்படுகிறது. அம்பிகை மாலை, அருணகிரி அந்தாதி, அபிராமி அந்தாதி, நெல்லைமாலை முதலியவற்றைக் கற்கிறான். பின் மேலும் சில கணக்குகள், பணம் எண்ணுவது, தானியங்களை அளப்பது முதலியன கற்பிக்கப்படுகின்றன. பின்பு நிகண்டு, திருக்குறள், நாலடியார், லட்சண அலங்காரம், மேலும் கடினமான கணக்குகள். பின் தொல்காப்பியம், லட்சண உதரம், ராமாயணம், பாரதம், பதினெட்டு உலாக்கள் கற்பிக்கப்படுகின்றன. "ஒரு பிராமணன் அல்லது பண்டாரம் அல்லது ஆண்டி பள்ளிக்குச் சென்று மேற்படி பாடல்களைக் கற்று, வேத, தத்துவங்களில் பயிற்சியும் பெற்றிருந்தால் அவர் ஒரு அர்ச்சகர் (பூசாரி?) / சாஸ்திரியாக ஆகலாம். இதுவே நான் சொல்ல விரும்புவது. சலாம்" எனக் கடிதம் முடிகிறது.

பெண்களுக்குக் கல்வி கற்பித்தல் குறித்து விவரங்கள் ஏதுமில்லை. ஆனால் தேவதாசிகளின் கல்வி குறித்து விரிவான பதிவு உள்ளது. பெண்களைப் பள்ளிக்கு அனுப்பும் வழக்கம் இங்கு இல்லாதபோதும் தேவதாசி ஆகப்போகிற 5 வயது நிரம்பிய அழகிய பெண் குழந்தைகள் ஒரு குறிப்பிட்ட பள்ளிக்கு

அனுப்பப்படுவர். ஒவ்வொரு சிவன் அல்லது விஷ்ணு கோவிலுக்கும் பத்து முதல் இருபது தேவதாசிகள் வரை உண்டு. எழுதப் படிக்கக் கற்றுக் கொண்ட பின் அவர்களுக்குப் பரத நாட்டியம் பயிற்றுவிக்கப்படும். பின் மீண்டும் பழைய பள்ளிக்குச் சென்று மூதுரை, நல்வழி, அம்பிகை மாலை, அபிராமி அந்தாதி, கோயில் கலம்பகம் (?) முதலியவற்றைக் கற்பர். பின்னர் வெண்பா, இன்னிசை, தாழிசை, மது விருத்தம், உலா, அகவல், சிந்து, பாதம் முதலிய இலக்கிய வடிவங்களில் தேர்ச்சி பெறுவர். பின்னர் அரங்கேற்றம், கல்யாணம், பொட்டுக்கட்டுதல் முதலியன கடிதத்தில் விவரிக்கப்படுகிறது. "உங்கள் கேள்விக்கு இதுவே பதில். சலாம்" எனக் கடிதம் முடிகிறது.

தென்னிந்தியச் சமூகம் (Malabarisches Heidenthem) என்னும் ஸீகன்பால்குவின் முக்கிய நூல் கிட்டத்தட்ட 200 ஆண்டுகளுக்குப் பின் 1921ம் ஆண்டு காலண்ட் என்பவரால் ஆம்ஸ்டர்டாமிலிருந்து வெளியிடப்பட்டது. அவரது முக்கியமான மத ஆய்வு என அறிஞர்களால் கருதப்படும் 'தென் இந்தியக் கடவுளரின் வம்சாவழி (Genealogy of the South Indian Deities) என்னும் நூலை அவர் 1713ல் எழுதினார். இது முழுமையான வடிவத்தில் 1867ல்தான் வெளிவந்தது. விரிவான ஆய்வுரைகளுடன் டேனியல் ஜெயராஜால் பதிப்பிக்கப்பட்டுள்ள இவ்விரு நூற்களும் இப்போது ஆங்கிலத்தில் படிக்கக் கிடைக்கின்றன.

ஸீகன்பால்க் மற்றும் முதற்கட்டச் சீர்திருத்தக் கிறிஸ்தவ மறைப் பணியாளர்களின் பணிகளைப் பற்றி மேலும் அறியும் முன் சில உண்மைகளை நாம் மனதிற் பதித்துக் கொள்வது அவசியம்.

மறைப்பணியாளர்களின் முதன்மையான நோக்கம் 'அஞ்ஞானத்தில்' (அக்கியானம் – ஸீகன்பால்க்) வீழ்ந்து கிடக்கும் மெய்விளக்கமறியாத இம்மலபாரிய மக்களை லூத்தரிய சுவிசேஷ மார்க்கத்தின் மூலம் கடைத் தேற்றுவதே. அந் நோக்கத்தின்படியாகவே இச் சமூகம் குறித்த ஆய்வுகளும், கல்விப் பணிகளும், மொழி சார்ந்த பணிகளும் மேற்கொள்ளப் பட்டன. திருச்சபைக்குள்ளும் போப்பாண்டவரின் அதிகாரத்திற்குள்ளும் சிறையிருந்த திருமறை ஞானத்தையும் இறைப்பண்பையும் முதன்மைப்படுத்திய மார்ட்டின் லூதரின் மதப் புரட்சியால் ஈர்க்கப்பட்டவர்களில் ஒரு பிரிவினரான ஜெர்மானிய 'Pietists' என்கிற பக்தி மார்க்க மத

வழியைச் சார்ந்தவர்களே ஹல்லே மிஷனரிகள். லூதரின் முக்கியச் சீர்திருத்தச் சிந்தனைகளில் ஒன்று Indigenization. அதாவது மதத்தை உள்ளூர்த் தன்மையுடையதாக்குதல். புரியாத லத்தீன் அல்லது ஹீப்ரு மொழியில் வேத உச்சாடனம் செய்வது சுவிசேஷ ஞானம் பெற உதவாது. இதன் விளைவாகவே விவிலியத்தை லத்தீனிலிருந்து ஜெர்மனிக்குப் பெயர்த்தார் லூதர். வழிபாட்டு ஒழுங்குகளையும் (liturgy) அவர் இவ்வாறே உள்ளூர் மொழிக்கு மாற்றினார். இவ்வகையில் லூத்தரியம் ஒரு மதப்புரட்சியாக மட்டுமின்றித் தேசியப் புரட்சியாகவும் அமைந்தது. திருச்சபையின் இடையீடின்றி விவிலியத்தை நேரடியாகக் கற்றல் என்பதற்கு எழுத்தறிவும் அச்சும் இன்றியமையாதது. அச்சுப் பண்பாடு சீர்திருத்தக் கிறிஸ்தவத்துடன் பின்னி இணைந்திருப்பதை உலக வரலாற்றில் காணஇயலும். ஸீகன்பால்க் விவிலியத்தைத் தமிழில் ஆக்கியது, அச்சுப் புரட்சியைத் தொடங்கியது முதலியவற்றை இந்தப் பின்னணியிலிருந்தே நாம் காண வேண்டும்.

15ம் நூற்றாண்டில் மேற்குக் கடற்கரையில் வந்திறங்கிய போர்த்துக்கேசியர்கள் கத்தோலிக்கக் கிறிஸ்தவத்தை இங்கு கொணர்ந்தனர். வந்திறங்கிய நாட்டை அவர்கள் 'மலபார்' என அழைத்தனர். அம்மக்கள் 'மலபாரிகள்' தரங்கம்பாடி கிழக்குக் கடற்கரையில் இருந்த போதிலும் 16ம் நூற்றாண்டில் போர்த்துக்கேசியர் இப்பகுதியில் தமது வணிக நடவடிக்கைகளை நீட்டித்தபோது இதையும் 'மலபார்' என்றே அழைத்தனர். போர்த்துக்கேசிய மொழியை அடிப்படையாகக் கொண்ட ஒரு பேச்சு மொழி தரங்கம்பாடியிலிருந்த வேறுபட்ட அய்ரோப்பிய மொழியினர் மற்றும் தமிழர்களுக்கிடையான பொது மொழியாக அமைந்திருந்தது.

மலபாரிகள் என்றால் மறை ஞானமற்றவர்கள் மட்டுமல்ல, நம்பிக்கையும் நல்லறங்களும் அறியாத காட்டுமிராண்டிகள் என்கிற கருத்தே அன்று அய்ரோப்பாவில் வேரூன்றியிருந்தது. இத்தகைய கிறிஸ்தவ இறுமாப்புகளுடனேயே (Christian Arrogance) இங்கு வந்திறங்கிய ஸீகன்பால்க் இந்த மலபாரிகளின் மொழியையும், பண்பாட்டையும், அற இலக்கியங்களையும் கற்ற பின்பு, தனது புரிதல்களில் சில மாற்றங்களைச் செய்ய வேண்டியதாயிற்று.

சீர்திருத்தக் கிறிஸ்தவம் மற்றும் ஸீகன்பால்குவின் பங்களிப்புகள் குறித்த சர்ச்சை பற்றிய ஒரு முக்கிய குறிப்பு

ஸீகன்பால்கு, மற்றும் அவருடன் வந்த ஹெயின்ரிச் புளூட்சோ ஆகியோர்தான் முதன் முதலில் சீர்திருத்தக் கிறிஸ்தவத்தை இந்தியத் துணைக்கண்டத்தில் அறிமுகப்படுத்தியவர்கள் என்பதை இன்று ஒரு ஆய்வுக் கட்டுரை கேள்விக்குள்ளாக்கியுள்ளது (Oluf Schonbeck, 'The legacy of Tranquebar: The Zieganbalg myth and Debate on caste' Review of Development and Change, Vol XIV, Number *1–2*, January to December, *2009*). அவர்கள் இருவரும் வந்திறங்கிப் பணி செய்த 'தரங்கம்பாடி' (நாகப்பட்டிணம் மாவட்டம், தமிழ்நாடு) எனும் கடற்கரை ஊரின் பெயரிலேயே அது இன்றளவும் தரங்கம்படி சீர்திருத்தக் கிறிஸ்தவ சபை என்று அழைக்கப்படுகிறது. அதன் தலைமையகம் திருச்சிராப்பள்ளியில் இருந்தபோதும், தரங்கம்பாடி இன்று அவ்வளவு முக்கியத்துவமோ, வசதிகளோ இல்லாத ஊராக இருந்தபோதிலும் அதன் பெயரிலேயே அந்தப் பெயர் நீடிக்கிறது. சீகன்பால்கு மற்றும் புளூட்சோ ஆகியோரே இந்தியாவில் சீர்திருத்தக் கிறிஸ்தவத்திற்கு வித்திட்டவர்கள் எனும் கருத்தை மேற்குறிப்பிட்ட ஓலுஃப் ஷோன்பெக் மறுக்கிறார். புளூட்சோ வந்திறங்கிய ஏழாவது ஆண்டில் இந்தியாவை விட்டுச் சென்றுவிடுகிறார். இடையில் ஒரே ஒருமுறை ஐரோப்பா சென்று திரும்பியது தவிர ஸீகன்பால்கு பதின்மூன்று ஆண்டுகள் இங்கே தங்கியிருந்து பணியாற்றி, நவீன அச்சு எந்திரம் ஒன்றைத் தருவித்து, நூல்களை அச்சிட்டு, இளம் வயதிலேயே மறைந்து இங்கேயே அடக்கமாகியுள்ளார். அந்த வகையில் இன்று ஸீகன்பால்குவின் பெயர் நிலைத்துவிட்டது.

*2006*இல் ஸீகன்பால்குவும் புளூட்சோவும் தரங்கம்பாடியில் (Tranquebar) வந்திறங்கிய முன்னூறாம் ஆண்டு இங்கு சீர்திருத்தக்கிறிஸ்தவ சபையினரால் வெகு சிறப்பாகக் கொண்ண்டாடப்பட்டது. தரங்கம்பாடியில் பெரிய விழா எடுக்கப்பட்டு ஸீகன்பால்குவிற்கு சிலையும் அமைக்கப்பட்டது.

இந்த விவரங்கள் கட்டுரையில் உள்ளன. இந்த நிலையில் இப்படிச் சீர்திருத்தக் கிறிஸ்தவம் இந்திய மண்ணில் பரப்பப்பட்டதற்கு தரங்கம்பாடி சபைக்கும், அது உருவாவதற்குக் காரணமாக இருந்த டென்மார்க் நாட்டிற்கும், முதல் இறைப் பணியாளராக வந்திறங்கிய ஸீகன்பால்குவிற்கும் புகழ் சேர்க்கப்படுவது தொடர்பாகச் சில விமர்சனங்களும் முணுமுணுப்புகளும் இப்போது வெளிவந்துள்ளன. அப்படியான ஒரு ஆய்வுக் கட்டுரைதான் ஓலுஃப் ஷோன்பெக்கினுடையது.

சீர்திருத்தக் கிறிஸ்தவத்தை இந்தியாவில் நிலைகொள்ளச் செய்ததில் டென்மார்க் மட்டுமல்லாமல், ஜெர்மனி, இங்கிலாந்து ஆகியவற்றிற்கும் பங்குண்டு. சொல்லப்போனால் பின்னாளில் இந்தத் துணைக் கண்டத்தை ஆளும் வல்லவமை பெற்ற நாடாகவும் இங்கிலாந்துதான் இருந்துள்ளது. அடுத்தடுத்த நூற்றாண்டுகளில் தரங்கம்பாடியை விட்டுக் கொடுத்துவிட்டு டென்மார்க் வெளியேறவும் நேரிட்டது. அப்படி இருக்க டென்மார்க் நாட்டிற்கும், ஸீகன்பால்குவின் பணிக்கும் மட்டுமே ஏன் முக்கியத்துவம் அளிக்க வேண்டும் எனச் சற்று எரிச்சலுடன் எழுதியுள்ளார் இக் கட்டுரை ஆசிரியர்.

தவிரவும் இங்கே சீர்திருத்தக் கிறிஸ்தவம் ஆனாலும் சரி, கத்தோலிக்கக் கிறிஸ்தவமாக இருந்தாலும் சரி எல்லாவற்றிலும் இங்குள்ள சாதி மற்றும் தீண்டாமை ஆகியன உள்நுழைந்துவிட்டன. அது குறித்த விமர்சனம் இல்லாமல் ஸீகன்பால்குவைக் கொண்டாடுவது எப்படி? இது அடுத்த கேள்வி.

இரண்டிலும் நியாயம் உண்டு. எனினும் நாம் வேறு சில அம்சங்களையும் கணக்கில் கொள்ள வேண்டும். இந்திய அளவில் சீர்திருத்தக் கிறிஸ்தவம் பரப்பப்பட்டதில் டென்மார்க்கைக் காட்டிலும் இங்கிலாந்து போன்றவற்றிற்கு அதிகப் பங்கும் உண்டுதான் என்றாலும் முதலில் அந்த நோக்கில் இரு இளைஞர்களைத் தேர்வு செய்து இங்கு அனுப்பிய வகையில் டென்மார்க்கிற்கும் இங்கு ஒரு முக்கியமான பங்கு இருக்கத்தான் செய்கிறது. அது மட்டுமல்ல. இன்று ஸீகன்பால்கு போற்றப்படுவது என்பது அவரது மதப்பணிக்காக என்பதைக் காட்டிலும் அவர் அந்தக் குறைந்த ஆண்டுகளில் இங்கு ஆற்றிய இதர பணிக்களுக்காகத்தான். முதன் முதலில் நவீன அச்சுக்கலையைக்

காத்திரமாக அறிமுகப்படுத்தியது, இந்திய அடித்தள மக்கள் மத்தியில் கல்விப் பரம்பலுக்கு முக்கியத்துவம் அளித்தது, இந்தியச் சமூகம், குறிப்பாக அவர் வாழ்ந்த பகுதிகளில் இருந்த மக்கட் சமூகங்கள், சாதிமுறைகள் ஆகியன குறித்து அன்றைய நிலையில் எந்த அளவிற்கு ஆய்வுகள் செய்ய முடியுமோ அந்த அளவிற்கு முயன்று தகவல்களைச் சேகரித்த்தோடு அவற்றை முழுமையாகப் பதிவு செய்து பிற்காலச் சந்ததிககட்குத் தந்துள்ளது ஆகியவற்றுக்காகத்தான் ஸீகன்பால்கு இன்று போற்றப்படுகிறார். தரங்கம்பாடியில் இருந்த அப்போதைய டென்மார்க் அரசதிகார அமைப்பின் ஒத்துழைப்பும் கூட அவருக்கும் புளூட்சோவுக்கும் முழுமையாக இல்லை. புளூட்சோ ஆறு ஆண்டுகளிலேயே இங்கிருந்து சென்றுவிடுகிறார். இக் கட்டுரையில் இவை குறித்து நிறையச் செய்திகள் தொகுக்கப்பட்டுள்ளன.

அதுத்து சாதிமுறை, தீண்டாமை ஆகியவற்றுக்கு எதிராக ஸீகன்பால்கு ஏதும் பெரிதாகச் செய்யவில்லை என்கிற குற்றச்சாட்டையும் ஓலுஃப் வைக்கிறார். இன்றளவில் இந்தத் திசையில் நம்மாலுமே ஏதும் செய்ய இயலவில்லை. அன்று சீகன்பால்குவால் என்ன செய்திருக்க முடியும்? – என்கிற கேள்வி ஒருபுறம் இருக்க அன்றைய சூழல் மற்றும் 'ஹாலே மிஷன்' முதலானவை குறித்த சில முக்கிய உண்மைகளை முதலில் நாம் அறிந்து கொள்வோம்.

தீண்டாமை, சாதி வேறுபாடுகள் இன்று இந்தியக் கிறிஸ்தவங்களுக்குள் மலிந்திருப்பது அனைவரும் அறிந்த உண்மை. இதற்கு ஸீகன்பால்கு அல்லது ஸ்வார்ட்ஸ் முதலான யாரையும் குறிப்பாகச் சொல்ல இயலாது. மதம் பரப்புவது என்பதற்கு முதன்மை அளித்து இந்தியச் சாதீயம் மற்றும் தீண்டாமை ஆகியவற்றுடன் இந்தியக் கிறிஸ்தவங்கள் சமரசம் செய்து கொண்டன என்பதே உண்மை. அப்படி சாதி, தீண்டாமை முதலான வழமைகளை ஏற்று ஸீகன்பால்கு நடந்துகொண்டார் என்பதற்கும் பெரிதாக ஆதாரம் எதுவும் ஓலுஃப் போன்றவர்களாலும் பெரிதாக முன்வைக்கப் படவில்லை. எனினும் ஸீகன்பால்கு இந்தப் பிரச்சினை குறித்தும் தன் கடிதங்களில் பதிந்துள்ளார். அன்று அப்பகுதியில் இருந்த சாதிகள் குறித்துத் தகவல்கள் சேகரித்து அவர் பட்டடியலிட்டிருப்பதும்

இங்கு குறிப்பிடத்தக்கது. அவற்றில் பலவற்றை இன்று நம்மால் எளிதில் அடையாளம் காண முடியவில்லை. இங்குள்ள அன்றைய சாதி அமைப்பு மற்றும் தீண்டாமை குறித்து ஸீகன்பால்கு புரிந்திருந்தார் என்பதை நாம் அறிகிறோம்.

ஸீகன்பால்குவின் காலத்தில் அவர் கல்வி பயிற்றுவித்தலின் போதும், வழிபாடுகளின்போதும் தாழ்த்தப்பட்டவர்களைத் தனியே அமரச் செய்தது அல்லது மற்ற வகைகளில் அம்மக்களிடம் தீண்டாமை கடைபிடிக்கப்பட்டது என்பதற்குத் தன்னிடம் உறுதியான ஆதாரம் ஏதுமில்லை என்பதை இன்று குற்றம்சாட்டும் ஓலுஃப் ஷோன்பெக் ஏற்றுக் கொள்கிறார். அடுத்த சில மாதங்களில் சீர்திருத்தக் கிறிஸ்தவத்திற்குள்ளும் அந்த நிலை வந்துவிட்டதற்கான ஆதாரத்தைச் சுட்டிக் காட்டி ஸீகன் பால்குவின் காலத்தில் மட்டும் வேறு எப்படி இருந்திருக்க முடியும் என்று கேள்வி எழுப்புகிறார். அது உண்மை என்றே நாம் கொண்டாலும் அதற்கு இன்று அவரைக் குற்றம்சாட்டுவதோ, அவரது இதர பணிகளைப் புறக்கணிப்பதோ இயலாது. அங்கு அப்போது தீண்டாமை கடைபிடிக்கப்பட்ட மக்களுடன் ஸீகன்பால்குவிற்கு நல்லுறவு இருந்துள்ளது. அச்சிடுவதற்காக ஐரோப்பாவிலிருந்து வந்த காகிதங்கள் தீர்ந்தவுடன் தரங்கம்பாடியிலேயே காகிதங்கள் தயாரிக்க ஒரு பட்டறையை உருவாக்க ஸீகன்பால்கு முயன்றது குறித்து இக் குறுநூலில் குறிப்பிட்டுள்ளேன். ஒரு தலித் குடியிருப்பில்தான் அவர் அந்த முயற்சியைத் தொடங்கினார். இன்றளவும் அது ஒரு தலித் காலனியாகவே உள்ளது என்பதை நேரிலும் கண்டுள்ளேன்.

1712இல் எழுதிய கடிதம் ஒன்றில் சாதிகளுக்கிடையே இங்கு திருமணத் தடை இருந்தது குறித்து ஸீகன்பால்கு பதிவு செய்துள்ளதை ஓலுஃப் குறிப்பிடுகிறார். எனினும் அதைத் தான் அனுமதிப்பதில்லை எனவும், கிறிஸ்துவில் நாம் எல்லோரும் சமம் என்பதை அறிவுறுத்துகிறோம் என்பதையும் ஸீகன்பால்கு பதிவு செய்கிறார். யாரும் யாரையும்விட முக்கியமானவர்கள் இல்லை. யாரும் யாரையும் விட உயர்ந்தவர்களாகக் கருதக்கூடாது எனத் தாம் வலியுறுத்துவதாகவும் அக்கடிதத்தில் குறிப்பிடுகிறார். சாதி அடிப்படை இல்லாமல் நடக்கும் திருமணங்களைத் தாம் ஏற்பதாகவும், சாதி அடிப்படையிலான ஒதுக்கல்களைத்

தாம் ஏற்பதில்லை எனவும் ஸீகன்பால்கு பதிவு செய்துள்ளதை ஓலுஃபும் ஏற்கிறார். தரங்கம்பாடியிலிருந்து செயல்பட்ட வர்த்தக அமைப்பான 'டானிஷ் ஏஷியா கம்பெனி' நிர்வாகத்தில் பணியாற்றும் மக்கள் மத்தியில் அத்தனை சாதி இறுக்கம் இல்லை எனவும் ஸீகன்பால்கு பதிவு செய்கிறார்.

1714 இல் செய்துள்ள பதிவொன்றில் கிறிஸ்தவத்திற்கு மாறியபின் அங்குள்ள சாதீயச் சூழலின் விளைவாக வாழ்க்கை எத்தனை துன்பமாகிவிடுகிறது என்பதை மதம் மாறியவர்கள் தன்னிடம் கூறியதை ஸீகன்பால்கு பதிவு செய்கிறார். மதம் மாறத் தயாராக வருகிறவர்களின் வாழ்க்கை உத்தரவாதத்திற்குத் தாம் என்னவெல்லாம் செய்ய வேண்டி உள்ளது எனவும் அவர் ஓரிடத்தில் பதிவு செய்கிறார். "மதப் பயிற்றுவிப்பின்போதே அவர்களின் வாழ்க்கைக்கு நாம் ஏதேனும் செய்யவேண்டி உள்ளது. பள்ளிக் குழந்தைகளுக்கு மிஷன் பள்ளிகளிலேயே உணவு மற்றும் உடைகள் வழங்குவது, வயது வந்தோருக்கு வாரந்தோறும் வெவ்வேறு வகைகளில் எவ்வாறெல்லாம் உதவி செய்யவேண்டி உள்ளது, வயதானவர்களுக்கு உணவு உத்தரவாதம் அளிப்பது, இறந்தோரை இலவசமாகப் புதைக்க வழி செய்வது, மதம் மாறியவர்களுக்கு மிஷன் பள்ளிகளிலும், நிறுவனங்களிலும், டானிஷ் ஏஷியாவிலும் வேலை வாய்ப்புகள் வழங்குவது என்றெல்லாம் செய்யவேண்டியுள்ளதையும் அவரது கடிதப் பதிவுகளிலிருந்து நாம் புரிந்து கொள்கிறோம்.

ஸீகன்பால்குவின் கடிதங்களிலிருந்தோ இல்லை வேறு பதிவுகளிலிருந்தோ அவரது காலத்தில் இவர்களின் சீர்திருத்தக் கிறிஸ்தவ வழிபாட்டுத் தலங்களில் தீண்டாமை அனுமதிக்கப்பட்டதற்கு ஆதாரம் ஏதுமில்லை என்பதை ஓலுஃப் போன்றவர்களே ஏற்றுக் கொள்கின்றனர். ஸீகன்பால்கு மறைந்தபின், 1727 இல் வால்தர், போசே, பிரசியர், தால் எனும் நான்கு மறைப் பணியாளர்கள் எழுதியுள்ள கடிதம் ஒன்றுதான் ஸீகன்பால்குவின் காலத்திலும் கிறிஸ்தவ வழிபடுதலங்களுக்குள்ளும் தீண்டாமை கடைபிடிக்கப் பட்டிருக்கலாம் என்கிற தனது அனுமானத்திற்கு ஓலுஃப் காட்டும் ஆதாரம். வழிபாடுகளின்போது தாழ்த்தப்பட்டவர்கள் தனியே உட்கார வைக்கப்படுகின்றனர் என அம் மறைப் பணியாளர்கள் அதில் பதிவு செய்துள்ளனர். அந்த நால்வரில் ஒருவர் ஸீகன்பால்கு

மறைந்த நான்கு மாதங்களுக்குப் பின் வந்தவர். எனவே ஸீகன்பால்குவின் காலத்திலும் அப்படித்தானே இருந்திருக்கும் என்பதுதான் ஓலுஃப் முன்வைக்கும் ஒரே ஆதாரம்.

சீர்திருத்தக் கிறிஸ்தவத்தை இந்தியாவில் பரப்பும் முயற்சி குறித்து நாம் சிலவற்றைத் தொகுத்துக் கொள்வது முக்கியம். முன்னதாக ஓர் உண்மையை நாம் ஏற்றுக் கொள்வோம். கிறிஸ்தவம் இந்தியாவில் நிலவிய சாதீயத்திற்கும், தீண்டாமைக்கும் பணிந்தது என்பது உலகறிந்த ஒரு உண்மை. ஒப்பீட்டளவில் இஸ்லாம் மட்டுமே இந்தியத் தீண்டாமையை பெரிய அளவில் உறுதியாக எதிர்கொண்ட மதம். இன்று இந்துத்துவம் இஸ்லாத்தைக் கடுமையாக எதிர்கொள்வதற்கு அது ஒரு முக்கிய காரணம்.

சரி. இன்று ஓலுஃப் ஷோன்பெக் போன்றோர் "ஸீகன்பால்க் எனும் புனைவு" (Zeiegenbalg myth) எனக் கடுமையாகப் பேசுவதற்குரிய பின்னணியை நாம் காண முயற்சிப்போம்.

சீர்திருத்தக் கிறிஸ்தவத்தைப் பரப்புவதற்கு முன்கை எடுத்தது டென்மார்க்தான் (Danish Mission) என்கிற கருத்து ஸீகன்பால்கு இந்திய மண்ணில் கால் வைத்த முன்னூறாம் ஆண்டுக் கொண்டாட்டத்தின் ஊடாக மேலுக்கு வந்ததுதான் இன்று பிரச்சினை ஆக்கப்படுகிறது. அதில் ஒரு நியாயமும் உண்டு. ஸீகன்பால்கு சீர்திருத்தக் கிறிஸ்தவப் பரம்பலுக்கு அனுப்பப்பட்டது 'டானிஷ் ஸ்ரீ இங்க்லிஷ் ஹாலே மிஷன்' (Danish English Halle Mission) எனும் அமைப்பின் ஊடாகத்தான். அதாவது ஸீகன்பால்கும் புளூட்சோவும் மதம் பரப்ப அனுப்பப்பட்டது என்பது டென்மார்க் அரசாணை ஒன்றின் அடிப்படையில் மட்டுமல்ல என்பதுதான் இங்கு கவனிக்கப்பட வேண்டியது. ஹாலே என்பது ஜெர்மானியில் உள்ள ஒரு நகரம். எனினும் இந்தியவியல் ஆய்வாளர்களில் ஒருவரான ராபர்ட் எரிக் ஃப்ரைகன்பெர்க் (Robert Eric Freikenberg) தனது நூல் விமர்சனக் குறிப்பொன்றில் (Robert Eric Frykenberg, Halle and the Beginning of Protestant Christianity in India Vol 1,2 and 3, Book review-International Bulletin of Mission Research, July 2007) கூறுவதுபோல இந்த 'ஹாலே மிஷன்' என்பது ஒரு தனி அமைப்பா, இல்லை இரண்டு அமைப்புகளா இல்லை மூன்று அமைப்புகளா என்பது ஆய்வுக்குரிய ஒன்று. அதாவது ஹாலே அரசாணை (Halle Mission)

எனும் பெயரில் ஸீகன்பால்கும் புளூட்சோவும் தரங்கம்பாடிக்கு அனுப்பப்பட்டது என்பதில் டேனிஷ் மிஷனிற்கு மட்டும்தான் பங்குண்டா இல்லை டென்மார்க், ஜெர்மனி, இங்கிலாந்து ஆகிய மூன்று நாடுகட்கும் அல்லது இரண்டு நாடுகட்குப் பங்குண்டா என்பதை எல்லாம் இன்று அவ்வளவு எளிதாகச் சொல்லிவிட முடியாது. டேனிஷ் ஹாலே, இங்க்லிஷ் ஹாலே என இரு அமைப்புகள் இருந்தன என்கிற கருத்தும் உண்டு. பின்னாளில் நிதி உதவி முதலியன தேவைப்பட்டபோது ஸீகன்பால்கு டென்மார்க் மன்னருக்கு மட்டுமல்லாமல் ஹாலே மிஷனுக்கும் கடிதம் எழுதியதும் கவனிக்கத் தக்கது. ஃப்ரைகன்பர்க் வலியுறுத்துவதுபோல இந்த மூன்று அமைப்புகளும் லூதரிய இறைக் கோட்பாட்டை உலகெங்கும் பரப்ப வேண்டும் என்கிற கருத்தில் ஒன்றுபட்டன. அப்படியான ஒரு கருத்துருவாக்கம் அன்று உருவானதில் அன்றைய மிக முக்கியமான மதவியல் அறிஞரான ஆகஸ்ட் ஹெர்மன் ஃப்ராங்கிற்கு (August Herman Franche) ஒரு முக்கிய பங்குண்டு. ஸீகன்பால்கு, புளூட்சோ இருவரும் மதம் பரப்ப இந்தியாவுக்கு அனுப்பப்பட்டதில் இப்படி ஹாலே மிஷனின் ஊடாக டென்மார்கிற்கு மட்டுமல்லாமல் ஜெர்மனி, இங்கிலாந்து ஆகிய நாடுகளுக்கும் ஒரு பங்குண்டு.

லூத்தரிய மறை ஞானத்தைப் பரப்புவது குறித்து ஹெர்மன் ஃப்ராங்கால் உருவாக்கப்பட்ட வழிமுறையை இவ்வாறு சுருக்கலாம். 1.மறைப்பணியில் ஈடுபடுவோர், அவர்கள் எந்நாட்டினர் ஆனபோதிலும் உள்ளூர் மொழிகளில் தேர்ச்சி பெற வேண்டும் 2. ஆன்மீக மற்றும் அறிவியல் அடிப்படைச் சிந்தனைகளை உள்ளூர் மொழிகளில் பரவலாக்க முக்கியத்துவம் அளிக்க வேண்டும் 3. பெண்கள், குழந்தைகள் உட்பட மதம் மாறியவர்கள் அனைவருக்கும் அடிப்படைக் கல்வி அளிக்க வேண்டும் 4. உள்ளூர் மக்களைப் பயிற்றுவித்து அவர்களை மதம் பரப்பத் தகுதி உடையவர்களாக்க வேண்டும் (pastoral ministry and mission expansion). 5. உலகளவில் மக்கட் சமூகங்கள் மத்தியிலும், பண்பாடுகள் ஊடாகவும் மக்களிடையே ஒரு புதிய புரிதலை உருவாக்குவதில் தொடர்ந்து பணி செய்ய வேண்டும். 6. பண்பாடு மற்றும் அறிவியல் சார்ந்த புரிதல்களை உருவாக்க வேண்டும்.

இந்த அடிப்படைகளில் தரங்கம்பாடி மட்டுமல்லாமல், சென்னை கடலூர் கொல்கத்தா (செராம்பூர்), திருச்சி, தஞ் சாவூர் முதலான பிற பகுதிகளிலும் ஸீகன்பால்குவிற்குப் பின்னர் தொடர்ந்து வந்த சீர்திருத்தக் கிறிஸ்தவப் பணியாளர்கள் செயல்பட்டனர். அடுத்த சில நூற்றாண்டுகளில் இங்கு ஆங்கில ஆட்சி நிலைபெற்ற பின்னணியில் சீகன்பால்கு போன்றோர் எதிர்கொண்ட துன்பங்கள் ஏதும் இன்றித் தம் மறைப்பணியைச் செய்யும் வாய்ப்புகள் மறைப் பணியாளர்களுக்குக் கிடைத்தன. ஹாலேயில் பயிற்றுவிகப்பட்ட மறைப்பணியாளர்கள் முன்னதாக உருவாக்கப்பட்டிருந்த “கிறிஸ்தவ அறிவை வளர்ப்பதற்கான சமூக அமைப்பு’ (Society for Promoting Christian Knowledge-SPCK) ஊடாக மறைப் பணிகளுக்கு நியமிக்கப்பட்டனர். நிதிப் பிரச்சினை வரும்போது இந்த அமைப்பிற்கும் நிதி வேண்டி ஸீகன்பால்கு தொடர்பு கொள்வது குறிப்பிடத் தக்கது.

இந்தப் பின்னணியை நாம் புரிந்துகொள்ளல் அவசியம். இப்படியான ஒரு பின்னணி உள்ளபோது 2006 இல் ஸீகன்பால்கு வந்திறங்கிய 300 ஆம் ஆண்டு பெரிய அளவில் கொண்டாடப்பட்டபோது அது முழுக்க முழுக்க ஒரு டென்மார்கின் சாதனையாகவும், டென்மார்க் நாட்டைச் சேர்ந்த ஸீகன்பால்குவின் சாதனையாகவும் முன்வைக்கப்பட்டதுதான் ஓலுஃப் ஷோன்பெக் போன்றோருக்கு எரிச்சல்.

2

தென்னிந்தியச் சமூகம் குறித்த அய்ரோப்பிய சிந்தனையில் ஸீகன்பால்க் ஏற்படுத்திய மாற்றங்களைப் புரிந்து கொள்ள அவரது பின்னணி, அவர் இங்கு வந்தபோதிருந்த சூழல், அவர் பணி தொடங்கிய விதம் ஆகியவை குறித்த சில வரலாற்றுச் செய்திகளை அறிந்து கொள்வது உசிதம்.

தனது காலனி ஒன்றில் கிறிஸ்துவின் நற்செய்தியைப் பரப்பும் மறைப்பணியைச் செய்ய டென்மார்க் மன்னர் நாலாம் பிரெடரிக் (1671 – 1730) திட்டமிட்டபோது அரசவைப் பாதிரி டாக்டர் லுட்கென்னால் தேர்வு செய்யப்பட்டவர்கள்தான் ஸீகன்பால்கும் புளூட்சோவும். அப்போது இவ்விரு ஜெர்மானிய இளைஞர்களும் ஹல்லேயில் (Halle), புகழ் பெற்ற லூத்தரிய மறையியலாளரும் கல்வியாளருமான ஆகஸ்ட் ஹெர்மன் ஃப்ராங்க் உருவாக்கியிருந்த பல்கலைக்கழகத்தில் பயின்றுகொண்டிருந்தனர்.

தாங்கள் எங்கு செல்லப் போகிறோம் என்பதை அறியாமலே கடல் கடந்த மறைப்பணிக்குச் சம்மதம் தெரிவித்த இவ்விருவரும் டென்மார்க் அழைத்துவரப்பட்டு பாதிரிப்பட்டம் அளிக்கப்பட்டுக் கப்பல் ஏற்றப்பட்டனர். சுமார் எட்டு மாத காலப் பயணத்திற்குப் பின், 1706 ஜூலை 9ல் தரங்கம்பாடியை அடைந்தது அவர்களை ஏற்றி வந்த 'இளவரசி சோபியா ஹெட்விகா' என்னும் கப்பல். தரங்கம்பாடி அன்று ஒரு டென்மார்க் காலனி.

அய்ரோப்பாவிலிருந்து வந்து இங்கே முதலில் வணிகத்தைத் தொடங்கிய போர்த்துக்கேசியர்கள் கத்தோலிக்கக் கிறிஸ்தவத்தைச் சேர்ந்தவர்களாயினும் தொடர்ந்து இங்கே வணிக மய்யங்களை நிறுவிய அய்ரோப்பியர்களில் பெரும்பாலோர் புராட்டஸ்டன்ட் கிறிஸ்தவத்தைச் சார்ந்தவர்கள். டச்சுக்காரர்கள்

பழவேற்காட்டிலும் (1609), சதுரங்கப் பட்டிணத்திலும் (Sadras 1647), நாகையிலும் (1660) தமது வணிக மய்யங்களை அமைத்தனர். பிரிட்டிஷ்காரர்கள் மசூலிப்பட்டினம் (1622), சென்னை (1639), கடலூர் (1683), கல்கத்தா (1689) ஆகிய இடங்களில் மய்யங் கொண்டனர். பிரெஞ்சுக்காரர்கள் பாண்டிச்சேரியில் தம்மை நிறுவிக் கொண்டனர் (1674). டேனிஷ்காரர்கள் தரங்கம்பாடியிலும் (1620), கல்கத்தாவிற்கு அருகிலுள்ள செராம்பூரிலும் (1676) தமது காலனிகளை அமைத்தனர்.

கி.பி 1620ம் ஆண்டில், டென்மார்க் மன்னன் நாலாம் கிறிஸ்டியன் தஞ்சையை ஆண்ட ரகுநாத நாயக்கனிடமிருந்து தரங்கம்பாடியையும் சுமார் 40 கி.மீ சுற்றளவுப் பகுதியையும் குத்தகைக்குப் பெற்றான். கோட்டை ஒன்றைக் கட்டிக்கொள்வதற்கும் வணிகம் செய்வதற்கும் உரிமைகள் வழங்கப்பட்டன. கடற்கரை ஓரமாக, மாசிலாமணிநாதர் கோவிலிலிருந்து சற்றுத் தொலைவில் அப்போது நிறுவப்பட்ட டேனிஷ் கோட்டை ('டேன் போர்க்') இன்றும் கம்பீரமாகக் காட்சியளிக்கிறது. அய்ரோப்பிய பாணியிலான சிறு நகரமாக தரங்கம்பாடி ('டிரான்கூபார்') உருவாகியது. பல நாடுகளையும் சேர்ந்த அய்ரோப்பியர், அய்ரோப்பியரும் ஆசியரும் கலந்த கலப்பினமான யூரேசியர், அடிமைகள், முஸ்லிம்கள், இந்து உயர் சாதியினர், மற்றவர்கள் என்பதாகச் சுற்றிக் குடியிருப்புகள் அமைந்தன.

டேனிஷ் மற்றும் தஞ்சை மன்னர்களுக்கிடையே ஒப்பந்தம் ஏற்பட்டு 86 ஆண்டுகளுக்குப் பின்பே முதல் டேனிஷ் மிஷனரிகளான ஸீகன்பால்க், புளூட்சோ ஆகியோரின் வருகை நிகழ்ந்தது. இவர்கள் இருவரும் இங்கு வந்த முதல் டேனிஷ் மிஷனரிமார்களே தவிர முதல் புராட்டஸ்டன்ட் பாதிரிகள் அல்ல. ஸீகன்பால்க் இங்கு வந்திறங்கியபோது தரங்கம்பாடியில் இருந்த அய்ரோப்பியர்களின் எண்ணிக்கை சுமார் 250. கத்தோலிக்கர்களுக்கும் சீர்திருத்தக் கிறிஸ்தவர்களுக்கும் தனித்தனி ஆலயங்கள் இருந்தன. டேனிஷ் அதிகாரிகள், வீரர்கள், வணிகர்கள் மற்றும் இதர சீர்திருத்தக் கிறிஸ்தவர்களின் மதத் தேவைகளை அங்கிருந்து வந்திருந்த புராட்டஸ்டன்ட் பாதிரிமார்கள் நிறைவேற்றினர். ஸீகன்பால்க் வந்த கப்பலிலேயே இப்படி ஒரு பாதிரியும் வந்திருந்தார். முதலில் கோட்டைக்குள் ஒரு புராட்டஸ்டன்ட்

டென்மார்க் மன்னர்
நாலாம் பிரெடரிக்

ஆலயத்தை அமைத்து வழிபாடுகள் நடைபெற்றன. பின்னர் (1801), கோட்டைக்கு வெளியே சியோன் ஆலயம் கட்டப்பட்டது. இந்த 86 ஆண்டுக் காலமும் எந்த உள்ளூர் மக்களையும், அடிமைகளையும், யூரேசியர்களையும், உள்ளூர் மக்களுடன் கலந்து இவர்களுக்குப் பிறந்த பிள்ளைகளையும் இவர்கள் மதம் மாற்ற முனைந்ததில்லை. ரோமன் கத்தோலிக்கப் பாதிரிமார்களே அடிமைகளுக்குப் பிறந்த குழந்தைகளுக்குத் திருமுழுக்கு (ஞானஸ்நானம்) அளித்து வந்தனர். சியோன் ஆலயம் முழுக்க முழுக்க அய்ரோப்பிய சீர்திருத்த கிறிஸ்தவர்களுக்கானது. மற்றவர்களுக்கு அனுமதியில்லை.

"கிறிஸ்துவ, முஸ்லிம் மதப் பணியாளர்களின் நோக்கம் மத மாற்றத்தின் மூலம் அய்ரோப்பிய ஆட்சி அதிகாரத்தை நிறுவ உதவுவதும், அவர்களின் வணிக நலன்களை மிகுதிப்படுத்துவதும்தான்" என்றொரு கருத்து இங்கே சில தமிழ் அறிஞர்களால் வற்புறுத்தப்படுகிறது (பார்க்க எனது 'ஆரியக் கூத்து', 'அனிச்ச' இதழ் 1. பின் அது தனி நூலாகவும் வெளிவந்துள்ளது.) அதாவது அய்ரோப்பிய வணிக மற்றும் ஆட்சி நலன்களுக்கான முன்னோடிப் படையாக மறைப்பணியாளர்கள் விளங்கினர் என்பதே இவர்களின் வாதம். கிறிஸ்தவ, முஸ்லிம் மதத்தினர் இங்கு உருவாக்கிய பள்ளிகள், சாதீயச் சீர்திருத்தங்கள் என்பனவெல்லாம் தந்திரமாக, இந்த நோக்கத்திற்காகச் செய்யப்பட்டனவே என இவர்கள் கூறுகின்றனர். ஆனால் ஸீகன்பால்கின் வரலாறு இந்தக் கருத்துகளுக்கு நேர் எதிரான ஒரு சாட்சியமாக அமைகிறது.

முதல் சீர்திருத்த மறைப்பணியாளர்களான ஸீகன்பால்க் மற்றும் புளூட்சோவின் நோக்கம் பற்றி முன்பே சொன்னேன். அவர்களது நோக்கம் இங்கிருந்த அய்ரோப்பியர்களின் மதத் தேவைகளைப் பூர்த்தி செய்வதல்ல. அருளப்பட்ட நற்செய்திகளையும், மறை ஞானத்தையும், அற ஒழுக்கங்களையும் 'மெய்விளக்கமற்ற' (heathens) உள்ளூர் மக்களுக்குக் கொண்டு செல்வதை நோக்கமாகக்

கொண்டு செயற்பட்ட இந்த மறைப்பணியாளர்களை இங்கே வணிகர்களாகவும், அதிகாரிகளாகவும் சொகுசாக வாழ்ந்திருந்த டேனிஷ்கார்கள் ஒரு இடையூறாகவே கருதினர். இது தேவையற்ற வேலை, வணிக நலன்களுக்கு ஒவ்வாத புதிய பிரச்சினைகளை உருவாக்குவது என்பதாகவே மிஷனரிப் பணி இவர்களால் எதிர் கொள்ளப்பட்டது.

ஸீகன்பால்கும் புளூட்சோவும் டென்மார்க் மன்னரால் நேரடியாக அனுப்பப்பட்ட மறைப்பணியாளர்கள் (Royal Missionaries). கோபன்ஹேகனிலிருந்த டேனிஷ் கிழக்கிந்தியக் கம்பெனி இயக்குனரை மன்னர் இது குறித்துக் கலந்தாலோசிக்கவில்லை. இதையே ஒரு சாக்காக எடுத்துக்கொண்ட கம்பெனி இயக்குனர் தரங்கம்பாடிக் கோட்டையிலிருந்த ஆளுனருக்கு ரகசியச் செய்தி ஒன்று அனுப்பியுள்ளதை ஜெர்மன் மொழியிலுள்ள ஆவணங்களின் அடிப்படையில் வெளிப்படுத்தியுள்ளார் இத்துறையில் வல்லுனரான டேனியல் ஜெயராஜ் (முன் குறிப்பிட்ட நூல்). வருகிற மிஷனரிமார்களின் "பணிகளை ஆரம்பம் முதலே தடுக்குமாறும்" அவர்களிள் செயற்பாடுகளின் "வளர்ச்சியை முடக்கி மறைப் பணியை நிறுவவிடாமல் செய்யுமாறும்" அச்செய்தியில் குறிப்பிடப்பட்டிருந்தது (Quoted in Dennis Hudson, 'Protestant Origins in India')

கப்பற் பயணத்தின் போதே இரு மறைப் பணியாளர்களும் ஒரு பிரச்சினையைச் சந்திக்க நேரிட்டது. கேப்டவுனில் கப்பலேறிய ஒரு பெண்ணிடம் அந்தக் கப்பல் காப்டன் தவறாக நடக்க முனைந்ததை ஸீகன்பால்கும் புளூட்சோவும் கண்டித்துத் தடுத்தனர். இதனால் எரிச்சலுற்ற காப்டன் தரங்கம்பாடியை அடைந்தவுடன் இருவரையும் கரை இறங்க விடவில்லை. சற்றுத் தொலைவில் நிறுத்தப்பட்ட கப்பலிலிருந்து படகு ஒன்றின் மூலம் கரையை அடைய வேண்டும். மூன்று நாட்கள் வரை நடுக்கடலிலேயே அவர்கள் நிற்க நேரிட்டது. இதற்கிடையில் கரையை அடைந்த கேப்டன் அங்கு கவர்னர் பொறுப்பிலிருந்த ஜே. எஸ்.ஹேசியஸிடம் இந்தப் 'பிரச்சினைக்குரிய இளைஞர்கள்' பற்றிக் கூறி வைத்தான்.

ஹேசியஸுக்கு ஏற்கனவே கோபன்ஹேகனிலிருந்து இவர்களுக்கு எதிரான ஆணை அனுப்பப்பட்டதை அறிவோம். தங்களது

ஒழுங்கீனங்கள், கேளிக்கைகள் ஆகியவற்றிற்கும் இவர்கள் தடையாய் இருக்கக்கூடும் என்கிற அச்சமும் கவர்னருக்கும் இதர அதிகாரிகளுக்கும் இருந்தது. மூன்றாம் நாள் கரைக்கு வந்தடைந்த மறைப்பணியாளர்கள் காலை முதல் கோட்டை வாயிலிலேயே நிறுத்தி வைக்கப்பட்டனர். மாலையில் இரு உதவியாளர்களுடன் வந்து சந்தித்த கவர்னரிடம் அரசாணையை அவர்கள் காட்டினர். டேனிஷ் அரசனின் நேரடி உத்தரவுக் கடிதத்தை அவர்கள் வைத்திருந்ததால், ஒரு கணம் தயங்கிய போதிலும், அரசதிகாரத்தின் தொலைவு மற்றும் தனது உடனடித் தலைமையகமாகிய கம்பெனி நிர்வாகத்தின் ஆதரவு ஆகியவற்றால் மனம் துணிந்த கவர்னர், அவர்கள் தங்குவதற்கு எந்த உதவியும் செய்யாமல் அப்படியே சந்தைப் பகுதியில் நிற்க வைத்துவிட்டு அகன்றான்.

இரவு முழுவதும் தனியே நின்றிருந்தவர்களைக் கண்டு பரிதாபம் கொண்ட ஜெர்மானிய இளம் அதிகாரி ஒருவன் தனது மாமனார் வீட்டில் இவர்களைத் தங்க வைத்தான். அவர் யூரேசியர்கள் வசிக்கும் பகுதியில் இவர்களுக்கு ஒரு வீட்டைப் பார்த்துக் கொடுத்தார். இங்குள்ள நிலையைச் சொல்லி உடனடி உதவி கோரிப் பெறுவது சாத்தியமில்லாத அன்றைய சூழலில் இது குறித்த தயக்கமின்றிப் பணியைத் துவங்கினர் ஸீகன்பால்கும் புளூட்சோவும்.

இரு மறைப்பணியாளர்களுக்கும் அளிக்கப்பட்ட அரசாணையில் இவர்களின் பணி விவரம் விரிவாகக் கூறப்பட்டுள்ளது. அவற்றுள் ஒன்று கப்பலில் வரும்போதே, இவர்கள் உள்ளூர் மொழியைக் கற்கும் முயற்சியை மேற்கொள்ள வேண்டும் என்பது. தாய்மொழி ஜெர்மன் தவிர கிரேக்கம், லத்தீன், ஹீப்ரு ஆகியவற்றில் தேர்ச்சி பெற்றிருந்த ஸீகன்பால்க் கடற் பயணத்தின்போது டேனிஷ் மொழியைக் கற்றுக் கொண்டார். ஸீகன்பால்கின் பதிவுகளில் ஒன்றின்படி அன்று தரங்கம்பாடியில் சுமார் 18 மொழிகள் பேசப்பட்டன. உள்ளூர் மக்கள் மத்தியில் தமிழ் தவிர தெலுங்கு, மராத்தி, சமஸ்கிருதம் ஆகியன புழக்கத்தில் இருந்தன. தெலுங்கு, மராத்தி முதலியன அன்றையை ஆட்சியாளர்களின் மொழிகள். சமஸ்கிருதம் வழிபாட்டு மொழி. பல்வேறு நாடுகளைச் சேர்ந்த அய்ரோப்பியர்கள் மற்றும் உள்ளூர் மக்கள் ஆகியோருக்கிடையேயான பொது மொழியாக போர்ச்சுக்கேசிய பேச்சு மொழி (Patois) இருந்தது.

கரையிறங்கிய ஓரிரு நாட்களிலேயே பணியைத் தொடங்கிய மிஷனரிகள் தமிழ், போர்த்துக்கேசிய பேச்சு மொழி, ஓரளவு டேனிஷ் மொழி ஆகியவற்றைத் தெரிந்திருந்த மொதலியப்பன் என்பவரின் உதவியுடன் தமிழையும் போர்ச்சுகேசியத்தையும் கற்கத் தொடங்கினர். இருவரில் ஸீகன்பால்க் தமிழ் கற்பதில் ஆர்வமாக இருந்தார். மொதலியப்பன் தவிர கணபதி வாத்தியார், அழகப்பன் முதலிய உள்ளூர்ப் புலமையாளர்களின் துணையுடன் தமிழ் இலக்கியங்கள், இலக்கணம், அற நூற்கள் ஆகியவற்றைக் கற்றார். பேரிலக்கியங்கள் தவிர அன்று சாதாரண மக்கள் மத்தியிலும் திண்ணைப் பள்ளிகளிலும் (Verandah schools) பயிலப்பட்டு வந்த நூல்களுக்கு ஸீகன்பால்க் அதிக முக்கியத்துவம் அளித்தது குறிப்பிடத்தக்கது. தமிழ் மக்களின் பொதுப் புத்தியில் படிந்திருந்த அற உணர்வு குறித்த கரிசனம் ஸீகன்பால்கிற்குக் கூடுதலாக இருந்தது. ஓலைச் சுவடிகளிலிருந்த தமிழ்நூற்களைத் தேடித் தொகுப்பதிலும் அவர் ஆர்வம் காட்டினார். பிராமண விதவைகள் எளிதில், வீட்டிலுள்ள சுவடிகளைத் தம் உதவியாளர்களிடம் விற்றுவிடுவதாக ஸீகன்பால்க் குறிப்பிட்டுள்ளார்.

தமது ஆசான் ஃப்ராங்க் மற்றும் ஹல்லே நிறுவனப் பாரம்பரியத்தின்படி இங்கொரு அனாதை ஆசிரமம் ஒன்றையும் தொடங்கினர். அனாதைக் குழந்தைகள், விலைக்கு வாங்கியும் தத்தெடுத்தும் ஆசிரமத்தில் சேர்க்கப்பட்டனர். திண்ணைப் பள்ளிகளையும், பாடத்திட்டங்களையும் ஆராய்ந்து ஆண்களுக்கும் பெண்களுக்குமான தமிழ்ப் பள்ளிக் கூடங்களைத் தனித்தனியே உருவாக்கினர். அதே நேரத்தில் தமது முதன்மை நோக்கமான மறைப்பணியை அவர்கள் மறக்கவில்லை. ஆனால் இந்த மறைப்பணி வெறுமனே மதமாற்றம் என்கிற ஒற்றைப் பரிமாணமுடையதாக இல்லை என்பது சிந்திக்கத் தக்கது.

1707 முதல் இறையியல் சார்ந்த பாடங்களையும், லுத்தரின் அறவுரைகளையும் மொழியாக்கத் தொடங்கினார் ஸீகன்பால்க். 1708ல் பைபிள் புதிய ஏற்பாடு மொழி பெயர்ப்புப் பணி தொடங்கியது. (1715 ஜீலை 13 அன்று இப்பணி நிறைவுற்றது). பிற மதத்தவருடனான அவரது உரையாடல் முயற்சி களையும், அவை குறித்த அறிக்கைகளையும், தமிழ்ச் சமூகம் குறித்தும்

தமிழ்க் கடவுளர் குறித்தும் அவர் எழுதிய இரு முக்கிய ஆய்வு நூல்கள் குறித்தும் முன்பே சுருக்கமாய்க் கூறியுள்ளேன். காலனி ஆட்சியாளர்கள் மற்றும் வணிகர்களைப் போலன்றி உள்ளூர் மக்களுக்கு மறைச் செய்தியைக் கொண்டு செல்வதை இலக்காக கொண்டு அவர்களின் பணி தொடங்கியது. அக்டோபர் 1, 1706ல் மொதலியப்பன், முதன் முதலில் சீர்த்திருத்தக் கிறிஸ்தவராக மதம் மாற்றப்பட்டார். 1707 மே 12ல் போர்த்துகேசியம் பேசத் தெரிந்த 5 உள்ளூர் அடிமைகள் சீர்திருத்தக் கிறிஸ்தவர்களாக மதம் மாறினர். அய்ரோப்பியர்களுக்கான ஸியோன் ஆலயத்திலேயே இத் திருமுழுக்குகள் நடைபெற்றன. அங்கிருந்த இனவெறுப்பு நிறைந்த சூழலைப் புதிய மதம்மாறிகள் வெறுத்தனர். ஸீயோன் ஆலயத்தில் அவர்கள் சுவாதீனமாக உணர இயலவில்லை. தவிரவும் உள்ளூர் மக்களுக்குப் போர்த்துகேசிய மற்றும் தமிழ் மொழிகளில் வழிபாடுகள் செய்வதற்கும் அது இடையூறாக இருந்தது.

எனவே உள்ளூர் மக்களுக்கான வழிபாட்டுத் தலம் ஒன்றைக் கட்ட மறைப்பணியாளர்கள் முயற்சித்தனர். கவர்னரின் உதவியில்லை. வெளியூரிலிருந்து பணம் வருவதில் தடைகள் இருந்தன. தமது ஊதியத்தைக் கொண்டும் நன்கொடை திரட்டியும் சேறும் சகதியுமான ஒரு இடத்தை விலைக்குவாங்கி எருசலேம் சர்ச் ஒன்றை (ஆகஸ்ட்டு 14, 1907) எளிமையாக உருவாக்கினர். “நமது மாண்புமிகு மறைப்பணியாளர்கள் இடுப்பளவு சேற்றுக்குள் இறங்கித்தான் வழிபாட்டுக்குப் போக வேண்டும்” எனப் புதிய ஆலயம் பற்றிக் கிண்டலடித்துக் கடிதம் எழுதினான் கவர்னர் ஹேஸியஸ்.

அடித்தள மக்களின் பிரச்சினைகள் சிலவற்றைப் புதிய மறைப்பணியாளர்கள் எடுத்ததும் கவர்னருக்கு உவப்பளிக்கவில்லை. ஒரு சம்பவம்: தரங்கம்பாடியை விட்டுச் சென்ற ஒரு டேனிஷ் பாதிரி லுத்தரிய கிறிஸ்துவத்தைத் தழுவி இருந்த தனது அடிமையை இன்னொரு லூத்தரிய கிறிஸ்துவப் பெண்ணிடம் விலைக்கு விற்றுச் சென்றதை புளூட்சோ ஆட்சேபித்தார். அந்த அடிமை விடுதலை செய்யப்பட்டிருக்க வேண்டும் என்பது அவரது கருத்து. அடிமை வணிகம் அன்று தமிழகத்தில் ஒரு சாதாரண விசயம். அக்காலகட்டத்தில் வெளிநாட்டார் குறிப்புகளில் இதற்கு ஏராளமான சான்றுகள் உண்டு (பார்க்க: மாணிக்கம் எழுதிய Slavery in Ancient TamilNadu). லூத்தரிய இறையியலில் அடிமை வணிகத்திற்கு இடமில்லை

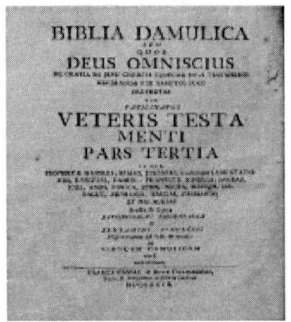

BIBLIA DAMULICA

DEUS OMNISCIUS

VETERIS TESTA
MENTI
PARS TERTIA

GRAMMATICA
DAMULICA;
Quæ
per varia paradigmata, regulas & neceffarium vocabulorum apparatum,
VIAM BREVISSIMAM
monftrat,
Qua
LINGUA DAMULICA
Seu MALABARICA, quæ inter Indos Orientales in usu est, & hucusque in Europa incognita fuit,
facile
Usum eorum
Qui hoc tempore gentes illas ab idololatria ad cultum veri Dei, salutemque æternam Evangelio Christi perducere cupiunt:
a
BARTHOLOMÆO ZIEGENBALG,
HALÆ SAXONUM
Litteris & impensis Orphanotrophei M D CC XVI.

தரங்கம்பாடியில் அச்சிடப்பட்ட ஸீகன்பால்க்கின் விவிலிய மொழிபெயர்ப்பு மற்றும் இலக்கண நூல்கள்

என்கிற மறைப் பணியாளர்களின் கருத்தை தரங்கம்பாடியிலிருந்த அடிமை வணிகர்கள் ஏற்கவில்லை.

இந்நிலையில் இன்னொரு சம்பவம் நிகழ்ந்தது. டேனிஷ் கிழக்கிந்தியக் கம்பெனியில் மொழிபெயர்ப்பாளராக வேலை செய்து வந்த வில்ஹெம் கார்டோஸ் என்கிற ரோமன் கத்தோலிக்கன் இன்னொரு கத்தோலிக்கத் தம்பதியிடம் கடனாக ஒரு தொகை பெற்றிருந்தான். எந்த ஆவணமும் இல்லாமல் நம்பிக்கையின் அடிப்படையில் கடன் கொடுக்கப் பட்டிமந்தது. சில காலத்திற்குப் பின் தம்பதியரில் கணவர் இறந்து போனார். ஏழை விதவைக்குத் தரவேண்டிய பணத்தைத் தர மறுத்தான் கார்டோஸ். ஸீகன்பால்க் விதவைக்கு ஆதரவாக இப்பிரச்சினையில் தலையிட்டார். ஆதாரமில்லாத குற்றச்சாட்டு என கார்டோஸ் புகார் செய்தான். வீரர்களை அனுப்பி

ஸீகன்பால்கைக் கைது செய்த கவர்னர் அவரைக் கோட்டையில் சிறை வைத்தான். நவம்பர் 19, 1708 முதல் மார்ச் 26, 1709 வரை சிறைவாசம் நீடித்தது. "பிசாசின் பணியாள்" எனவும் 'தாமஸ் முன்சர் போன்ற கலகக்காரன்' எனவும் ஸீகன்பால்க் குற்றம் சாட்டப்பட்டார். 150 பேர்கள் அடங்கிய சீர்திருத்த கிறிஸ்துவ மறைச்சமூகத்தைக் கலைக்கவும் காலனிய அரசு முயற்சித்தது. ஸீகன்பால்கின் கிறிஸ்தவரல்லாத உதவியாளரான அழகப்பனும் சிறையிலடப்பட்டார். (சிறையில் உண்ணாவிரதம் இருந்ததால் அவர் பின் விடுதலை செய்யப்பட்டார்.) பைபிள் மொழியாக்கப் பணி தடைபட்ட போதும், 'கடவுளுக்குப் பிடித்தமான ஒரு கிறிஸ்தவன்' மற்றும் 'கடவுளுக்குப் பிடித்தமான ஒரு கிறிஸ்தவப் பள்ளி' என்கிற இரு பெரும் நூற்களை எழுதுவதற்கு இச்சிறைவாசத்தைப் பயன்படுத்திக் கொண்டார் ஸீகன்பால்க்.

மிகப் பெரிய உரையாடியாக இருந்தது போலவே ஏராளமாக எழுதுபவராகவும் இருந்தார் ஸீகன்பால்க். தமிழைப் பிழையறக் கற்றதன் விளைவாகத் தமிழ்ச் சமூகம் பற்றிய அவரது கருத்துக்கள் அவருக்கு முற்பட்ட மற்றும் சம காலத்தியவர்களின் கருத்துகளைக் காட்டிலும் துல்லியமாக இருந்தன. தமிழையும் தமிழ்ச் சமூகத்தையும் அறிய அறிய அவருக்கு வியப்பு மேலிட்டது.

"தமிழர்கள் ரொம்பப் புத்திசாலிகள். அய்ரோப்பிய அறிஞர்கள் தமது மாணவர்களுக்கு எவ்வாறு தத்துவம், தர்க்கம் முதலியவற்றைச் சொல்லிக் கொடுக்கிறார்கள் என அவர்கள் அறிய நேர்ந்தால் சிரிப்பார்கள். நமது போதனை முறை மிகப் பிழையானது என அவர்கள் கருதுவார்கள். மாறாக அவர்கள் சுதந்திரமான, தடையற்ற, அறிவுக்குப் பொருத்தமான விரிவுரைகளையே விரும்புகிறார்கள்." என்று எழுதினார் (செப்டம்பர் 25, 1706). இன்னொரு கடிதத்தில் இறை நம்பிக்கை குறித்த தமிழர்களின் புரிதலை வியந்தார். நம்பிக்கையற்ற கிறிஸ்வர்களைக் காட்டிலும் அவர்களின் புரிதல் மேலானது என்றார். நமது புனித வேதங்களைப் போல அவர்களிடமும் ஏராளமான புத்தகங்களும் உண்டு என்றார் (அக்டோபர் 1, 1706). தமிழ்ச் சமூகம் குறித்த தனது நூலில், "பழைய ரோமன் மற்றும் கிரேக்க நூற்களில் கடவுள் பற்றிய இத்தகைய சரியான கருத்துக்களை நீங்கள் (அய்ரோப்பிய வாசகர்கள்) எங்கேனும் கண்டதுண்டா? தமிழர்களின் இந்நூற்களை நான் முதன்

முதலில் படித்தபோது இந்நூலாசிரியர்கள் கிறிஸ்தவர்களாக இருப்பார்களோ என நினைத்தேன். பல கடவுளர் வணக்கத்தை அவர்கள் மறுத்துள்ளதோடு இத்தகைய அஞ்ஞானங்களை முட்டாள்தனம் எனவும் ஒதுக்குகிறார்கள். பலரையும் விசாரித்த பின்னரே இவர்கள் கிறிஸ்தவர்களல்ல, தமிழர்களிடையே வாழ்ந்து உயர் பேரறிவு பெற்றவர்களே இவர்கள் என்பதை அறிந்து கொண்டேன்" என எழுதினார்.

'நீதி வெண்பா' என்னும் நமது அற நூலை மொழிபெயர்த்த போது, 'கல்வியும் அறமும் அற்ற காட்டுமிராண்டிகளே மலபாரிகள்' என்கிற அய்ரோப்பியக் கருத்தை தவறு என வெளிப்படையாக எழுதினார். தென்னிந்தியாவிற்கு வந்திருந்த சில அய்ரோப்பியர்கள் மலபாரிகளின் மொழியையும் கற்காமல் நூற்களையும் பயிலாமல் பரப்பிய கருத்துகளே இவை என்றார். தானும் கூட இங்கு வந்தபோது தமிழர்கள் ஒழுங்கற்ற வாழ்க்கை வாழ்பவர்கள், இலக்கணமற்ற மொழியைக் கொண்டவர்கள் என நினைத்ததாகவும் தற்போது இதனை மாற்றிக் கொண்டுள்ளதாகவும் அறிவித்தார். "ஒழுங்காக எழுதப்பட்ட சட்டம் மற்றும் மறை நூற்கள் அவர்களிடம் உண்டு என நிறுவ வேண்டும்" என உறுதி எடுத்துக் கொண்டார். கடல் போல எல்லையற்ற அளவுத் தொகுப்புகள் உடையவர்கள் எனப் பிறிதோரிடத்தில் குறிப்பிட்டார்.

அரிஸ்டாட்டிலுடன் தொல்காப்பியரையும் செனகாவுடன் திருவள்ளுவரையும் ஒப்பிட்டு வியந்தார். தமிழையும் அதன் சிக்கலான இலக்கிய வளங்களையும் புரிந்து கொள்ளத் தொல்காப்பியத்தைக் கற்க வேண்டும் என்றார். தொல்காப்பியத்தின் சமணப் பின்புலத்தையும் சரியாகவே சுட்டிக் காட்டினார். தமிழ் மக்களின் அற உயர்வைச் சுட்டிக் காட்ட அவர்கள் மத்தியில் பரவலாகப் பயிலப்பட்ட நீதி வெண்பா, உலக நீதி, கொன்றை வேந்தன் ஆகிய மூன்று அற நூற்களையும் ஜெர்மன் மொழியில் பெயர்த்தார்(1708). இதே ஆண்டில் அவர் தொகுத்த இரு அகராதிகள் முக்கியமானவை. முதற் தொகுதி தமிழ்க் கவிதைகளில் பயன்படுத்தப்படும் 17,000 சொற்களைக் கொண்டது. மற்றது 20,000 சொற்களைக் கொண்டது. சேந்தன் திவாகரம், சூடாமணி நிகண்டு முதலியவற்றை அடிப்படையாகக் கொண்டு அய்ரோப்பிய அகராதியியல் கோட்பாட்டடிப்படையில் அகர வரிசையில் இவ்விரு அகராதித் தொகுப்புகளும் அமைந்தன.

விவிலிய மொழியாக்கத்தில் முந்தைய ஏசு சபைப் பாதிரிகள் உருவாக்கியிருந்த 'கிறிஸ்தவத் தமிழ்' அவருக்கு அடிப்படையாக அமைந்தது. விரிந்த தமிழ் நூலறிவு பெற்றிருந்த ஸீகன்பால்க் கிறிஸ்தவத் தமிழை மேலும் வளமுடையதாக்கினார். மக்கள் மத்தியில் புழங்கும் சொற்களை அவர் அதிகம் பயன்படுத்தியது குறிப்பிடத்தக்கது.

உள்ளூர் மக்களுடன் அவர் மேற்கொண்ட உரையாடல்கள் காலனிய அதிகாரத்தன்மையுடன் அமையாமல், மிகுந்த ஜனநாயகத் தன்மையுடன் அமைந்திருந்ததை ஸீகன்பால்கின் வரலாற்றை எழுதிய பிரிராஜ் சிங் வியப்பார் (The First Protestant Missionary of India, OUP, 1999). முஸ்லிம்களுடன் அவர் மேற்கொண்ட உரையாடல்களும் மிகச் சுமுகமாகவே நடைபெற்றன. வெற்றிலை, பாக்கு, இனிப்புகளுடன் உரையாடல்கள் அமைந்தன. கிறிஸ்தவர்கள் நம்பும் சர்வேசுவரனின் மும்மைத்துவம் குறித்த மயிர் பிளக்கும் விவாதங்களாக அவை அமையாமல் ஆரோக்கியமான கருத்துப் பகிர்வுகளாக அவை அமைந்தன என்பார் இது குறித்து ஆய்ந்துள்ள சிக்வார்ட் வான் சிகார்ட் (Zigenbalg and the Muslims). முகம்மது நபிகளுக்குப் பதிலாக கிறிஸ்து என்கிற வடிவில் இரு மதங்களின் ஒப்புமைகளை ஏற்பதாக ஸீகன்பால்கின் பார்வை அமைந்திருந்தது என்பது சிகார்டின் கருத்து.

புதிய ஏற்பாட்டை ஸீகன்பால்க் தமிழில் பெயர்த்தது என்பது அய்ரோப்பாவில் மிகப் பெரிய மகிழ்ச்சி அலைகளை உருவாக்கியது. லண்டனில் உருவாகியிருந்த 'கிறிஸ்தவ அறிவைப் பரப்புவதற்கான கழகம்' (SPCK) ஒரு அச்சு இயந்திரத்தையும் 100 ரீம் காகிதத்தையும் தரங்கம்பாடிக்கு அனுப்ப இசைந்தது. ஹல்லேவிலிருந்த பட்டறையில் தமிழ் எழுத்துக்கள் ஈயத்தில் வார்க்கப்பட்டன. அச்சுத் தொழிலில் வல்லுனர்கள் மூவரை பிராங்க் அனுப்பிவைத்தார். 1712ல் தரங்கம்பாடியில் அச்சகம் ஒன்று நிறுவப்பட்டது. பரவர்கள் மத்தியில் பணியாற்றிய ஹென்ரிக் ஹென்ரிக்ஸ் (1520 – 1600) என்கிற ஏசு சபைப் பாதிரியே இந்தியாவில் முதலில் ஒரு எளிய அச்சகத்தை நிறுவியவர். முதலில் கோவாவிலும் பின்னர் கொல்லத்திலும் நிறுவப்பட்ட இந்த அச்சகத்தில் 'தம்பிரான் வணக்கம்', 'கிறிஸ்தியானி வணக்கம்' (1579), 'அடியார் வரலாறு' (1586) முதலிய சிறு வெளியீடுகள் அச்சிடப்பட்டன. மரச் செதுக்குகளைப் பயன்படுத்தி இந்த அச்சு எந்திரம் இயங்கியது.

எனினும் நவீன அச்சு எந்திரத்தின் முன் மாதிரி ஒன்றைப் பயன்படுத்தி அச்செழுத்துக்களைக் கொண்டு தொடர்ந்து நூற்களை அச்சிட்ட வகையில் ஸீகன்பால்க் முதல் அச்சு நூல் வெளியிட்டார் என்கிற தகுதியைப் பெற்றார். 16முதல் 18ம் நூற்றாண்டு முடிய தென்ஆசியாவில் அச்சிடப்பட்ட மொத்த நூற்கள் 1771. இவற்றுள் 313 நூற்கள் தரங்கம்பாடியில் அச்சிடப்பட்டன. தமிழ் தவிர போர்ச்சுகேசிய மொழியிலும் ஜெர்மன் மொழியிலும் கூட இங்கு நூல்கள் அச்சிடப்பட்டன. ஹல்லேயிலிருந்து வந்த அச்செழுத்து வார்ப்புகள் பெரிதாக இருந்ததால் இங்கேயே பட்டறை அமைத்து ஈய எழுத்துகள் வார்க்கப்பட்டன. வெளிநாட்டிலிருந்து காகித வரத்தை நம்பி அச்சகம் இயங்க இயலாத நிலையில் தரங்கம்பாடிக்கு அருகிலுள்ள பொறையாரில் காகித உற்பத்திக்கான பட்டறை ஒன்று அமைக்கப்பட்டது. பெரும் பணத்தை விழுங்கிய இப்பட்டறை 1717 நவம்பரில் மூடப்பட்டது. காகிதம் உருவாக்கும் தொழில்நுட்பம் கைவர இயலாமற்போயிற்று. இன்றும் பொறையாரில் அத்தொழிற் கூடம் இருந்த பகுதி ஒரு தலித் குடியிருப்பாகக், ‘கடுதாசிப் பட்டறை’ என்ற பெயரில் உள்ளது.

இங்கொன்றைச் சொல்வது முக்கியம். தமிழ்ச் சமூகம் குறித்த உயர்வான கருத்துக்களை அய்ரோப்பியக் கிறிஸ்தவ இறுமாப்பு (Christian Arrogance) அவ்வளவு எளிதாக ஏற்கவில்லை. ‘நீதி வெண்பா’ மொழிபெயர்ப்பு, தமிழ்ச் சமூகம் குறித்த நூற்கள் எல்லாம் வெளியிடப்படாமல் ஆவணக் காப்பகங்களில் முடக்கப்பட்டன. ப்ராங்க் சொன்னார்: ’இந்தியாவில் அஞ் ஞானத்தை அழித்தொழிப்பற்காகத்தான் மிஷனரிகளை அனுப்பி வைத்தோம். இந்த அபத்தங்களை (Nonsense) அய்ரோப்பா முழுவதும் பரப்புவதற்கு அல்ல”. “மலபார் அறம் மற்றும் ஒழுக்கவியல் குறித்த நூற்களை நாங்கள் பிரசுரிக்கத் தயங்கியதற்குக் காரணம், முக்கியமான ஒரு அம்சம் அவற்றில் இல்லாததுதான். மனிதனின் அற வீழ்ச்சியும் இயேசு கிறிஸ்துவின் மீட்பு ஆற்றலும் இவற்றில் காணக் கிடைக்கவில்லை” என்றார் இன்னொரு ஹல்லே பல்கலைக் கழகப் பேராசிரியர்.

3

1714ம் ஆண்டுதான் ஸீகன்பால்க் அய்ரோப்பா செல்வதற்கு ஆளுனர் ஹேசியஸ் அனுமதி அளித்தான். கப்பலில் செல்லும் போதே அவர் தனது இன்னொரு முக்கிய நூலாகிய 'தமிழ் லத்தீன் இலக்கணத்தை' (Gramatica Damulica) எழுதி முடித்தார். தமிழ் இலக்கணம் குறித்துச் சிலவற்றை இதற்கு முன்னும் கூட பிலிப்பஸ் பால் தேய்ஸ் எழுதியிருந்த போதிலும் ஸீகன்பால்கின் நூலே தமிழ் எழுத்துகளைப் பயன்படுத்தி அச்சிடப்பட்ட முதல் நூல் என்கிறார் டேனியல் ஜெயராஜ். 1716ம் ஆண்டு ஹல்லேயில் இது அச்சிடப்பட்டது. மிஷன் தலைமையகத்திற்குச் சென்ற ஸீகன்பால்க் எல்லோரையும் சந்தித்து தரங்கம்பாடியில் நடைபெற்று வரும் பணிகள் குறித்து விளக்கமளித்துத் தொடர்ச்சியான நிதி உதவிகளுக்கு ஏற்பாடு செய்ததோடு மரியா டோரதீயா என்பவரைத் திருமணம் செய்து கொண்டு மகிழ்ச்சியோடு திரும்பினார் (1716). ஸீகன்பால்க் வெளிநாட்டில் இருந்தபோது தரங்கம்பாடியில் இருந்த பழைய எருசலேம் ஆலயம் புயலில் பாதிக்கப்பட்டதால், இத்தகைய ஆபத்துகள் இல்லாத ராஜ வீதியில் நல்ல இடமொன்றைக் கடனுக்கு வாங்கி வைத்திருந்தனர் சக மிஷனரிகள். இன்றுள்ள 'புதிய எருசலேம்' ஆலயப் பணி உற்சாகத்துடன் தொடங்கப்பட்டு 1718 அக்டோபர் 11 அன்று திருநிலைப்படுத்தப்பட்டது.

இதற்கிடையில் கோபன்ஹேகனில், கிறிஸ்டியன் வென்ட் என்பவர் புதிய மிஷன் செயலராகப் பொறுப்பேற்றார். இவர் செலவுக் குறைப்பு என்கிற பெயரில் தரங்கம்பாடி மறைப்பணிக்கான நிதி உதவியை நிறுத்தினார். ஸீகன்பால்க் திருமணம் செய்து

கொண்டதையும் கூட வென்ட் விரும்பவில்லை என்றொரு கருத்தும் உண்டு. மனம் நொந்த ஸீகன்பால்க், "குழந்தைக்குத் திருமுழுக்கு அளிக்கும் நாளில் ஒரு புதிய வெள்ளைத்துணி வாங்குவதற்கும் கூடச் சக்தியற்ற மக்கள்" மத்தியில் தான் பணி செய்து வருவதைப் பற்றி கோபன்ஹேகனுக்கு எழுதியும் பயனில்லை. மனச் சோர்வு உடலைப் பாதித்தது.

நோயில் வீழ்ந்த ஸீகன்பால்க் 1719 ஜனவரி 19 அன்று வென்ட்டுக்கு எழுதிய கடிதத்தில் இதை வெளிப்படையாகக் குறிப்பிட்டார். எந்த மருந்தும் தன்னைக் குணப்படுத்த இயலாததைச் சுட்டிக் காட்டிய அவர், உளச் சோர்வே எல்லாவற்றிற்கும் காரணம் என்று எழுதியும் பயனில்லை. தரங்கம்பாடிக்கு வந்த 13ம் ஆண்டில், தனது 36ம் வயதில் ஸீகன்பால்க் இறுதி மூச்சை உயிர்த்தார். 1719 பிப்ரவரி 24 அன்று அவர் கட்டிய புதிய எருசலேம் ஆலயத்தின் பீடத்திற்கு அருகில் புதைக்கப்பட்டார்.

ஸீகன்பால்கின் வருகைக்கு முன்னர் தமிழ் நூற்சுவடிகள் என்பன மடங்கள், அரசவைகள், வசதி மிக்க உயர் சாதிப் பிரபுக்களின் இல்லங்கள் முதலிய இடங்களிலேயே சேகரித்து வைக்கப்பட்டிருந்தன. தனியார் உடைமைகளான இவைகளை அணுகி வாசிக்கும் வாய்ப்பு சாதாரண மக்களுக்கு இருந்ததில்லை. அறிவார்வமுள்ள யாரும் அணுகிப் பயன்படுத்தத்தக்க பொது நிறுவனமான 'நூலகம்' என்கிற கருத்தாக்கத்தை ஸீகன்பால்க் இங்கு உருவாக்கினார். 1708 ஆகஸ்ட் வாக்கில் சிரமப்பட்டுத் தான் சேகரித்த சுவடித் தொகுதிகளைக் கொண்டு Bibliotheca Malabarica வை (Tamil Library தமிழ் நூலகம்), உருவாக்கினார். தமிழ்ச் சமூகத்தின் வரலாறு, பாரம்பரியம், இலக்கியச் செல்வம் ஆகியவற்றை யாரும் அறிந்து கொள்ளத்தக்கதாக அது அமைந்தது. தமிழறிந்த உதவியாளர்கள், புலவர்கள் ஆகியோரின் உதவியைச் சார்ந்து இது உருவாக்கப்பட்டது. மொழி ஆய்வுக் கருவிகள் இன்றுள்ள அளவிற்கு வளர்ச்சியடைந்திராத நிலையில் மேற்கொள்ளப்பட்ட தொகுப்பு என்ற போதிலும் ஸீகன்பால்கின் தமிழ் நூலகம் தொல்காப்பியம் முதலான தமிழிலக்கணம், அற நூற்கள், பக்தி இலக்கியம், முக்கிய புராணங்கள், தல புராணங்கள், ராமாயண மகாபாரதங்களின் வெவ்வேறு வடிவங்கள், இசை மற்றும் கட்டிடக்கலை தொடர்பான நூற்கள் என்பதாக அமைந்திருந்தது.

மொத்த நூற்களும் நான்கு தொகுதிகளாகப் பிரிக்கப்பட்டன. முதற்தொகுப்பில்அவரேஎழுதிய14நூற்கள்இருந்தன.தமிழ்நாட்டில் பணியாற்றிய ரோமன் கத்தோலிக்க மறைப்பணியாளர்கள் எழுதிய 21 நூற்கள் இரண்டாம் தொகுப்பில் அடங்கியிருந்தன. இறை வணக்க நூற்கள், புனிதர்களின் வரலாறுகள் (அடியார் வரலாறு) 'கிறிஸ்தி உலா' முதலியன இவற்றுள் சில. 119 நூற்கள் அடங்கிய மூன்றாம் தொகுப்பு மிக முக்கியமானது. முன் பத்தியில் குறிப்பிட்டப்பட்ட நூற்கள் அனைத்தும் இத்தொகுப்பிலேயே இருந்தன. எல்லாவற்றையும் வாசித்து குறிப்புகளுடன் இவை தொகுக்கப்பட்டிருந்தன. முஸ்லிம் மதம் குறித்த 11 நூற்கள் நான்காம் தொகுப்பில் அடங்கி இருந்தன. 'ஆயிர மசலா', 'மஹமது கதை', 'இஸ்லாமானவன் சுவடி', 'நபி உலா' முதலியன இவற்றுள் சில நூல்கள். இவற்றில் பல அன்றைய முஸ்லிம் புலமையாளர்கள் எழுதியவை. 'இஸ்லாமானவன் சுவடி' முஸ்லிம்களுக்கு மறுப்பாக எழுதப்பட்டது.

திருக்குறள், தொல்காப்பியம் குறித்தெல்லாம் ஸீகன்பால்க் ஓரளவு சரியாகவே புரிந்திருந்த போதிலும் சாதாரண மக்களின் பொதுப் புத்தியில் படிந்திருந்த அறவியற் கூறுகளுக்கு அவர் முக்கியத்துவம் அளித்ததன் விளைவாகத்தான் 'நீதி வெண்பா' போன்ற நூற்களை மொழி பெயர்ப்பதற்கே முக்கியத்துவம் அளித்தார்.

அற ஒழுங்கு, வளமான மொழி முதலியன கைவரப் பெறாத 'காட்டுமிராண்டிகள்' என்கிற கருத்தை ஸீகன்பால்க் தனது ஆய்வு முயற்சிகளினூடாக மாற்றிக் கொண்ட போதிலும் மலபாரிகளின் ஞானம் போதுமானது என அவர் கருதவில்லை. கருதியிருந்தால் அவரது பணிகள் அர்த்தமற்றதாகிவிடும். தமிழர்களின் அறிவுச் செல்வங்களையும், அற மதிப்பீடுகளையும் தான் புகழ்வதென்பது, "கிறிஸ்தவர்களுக்குக் கடவுளின் வார்த்தைகள் போதாது எனச் சொல்வதற்காக அல்ல. மலபாரிகளிடமிருந்து நாம் இவற்றைக் கற்றுக் கொள்ள வேண்டும் என்கிற அர்த்தத்திலும் அல்ல. அருளப்பட்ட வேதங்கள் இல்லாத போதிலும் தமது இயல்பான சிந்தனை வளத்தால் அற ஒழுங்கு குறித்த அறிவை அவர்கள் வளர்த்துக் கொண்டார்கள். பழைய ரோமர்கள் மற்றும் கிரேக்கர்கள் அளவு உயர்ந்திருந்தார்கள் எனச் சொல்வது மட்டுமே என் நோக்கம்" என்று தன் நிலையைத் தெளிவு

படுத்தினார். ரோம, கிரேக்க நாகரீகங்களுக்குப் பின் கிறிஸ்தவம் வழங்கிய மெய்ஞானம் வாய்க்கப் பெறாதவர்களாகவே அவர் இங்குள்ள மக்களைக் கண்டார். தென்னிந்தியக் கடவுளர்கள் பற்றிய அவரது புகழ்பெற்ற நூலில் பல இடங்களில் தமிழர்கள் எவ்வாறு உயர் இறை (Superme Being) பற்றிய புரிதலில் 'குறைபாடுடையவர்களாக' இருந்தனர் என்பதைச் சொல்லுகிறார். ஆண், பெண் ஆற்றல்களாகக் கடவுளை உருவகப் படுத்துவதை மறுக்கிறார். இந்துக்களின் படைப்பு குறித்த கருத்தாக்கங்களை விமர்சிக்கிறார். கிறிஸ்தவ ஞானத்தின் மூலமே அவர்களை 'ஈடேற்ற' முடியும் என அவர் நம்பினார். பாதிரியாகவும், குருவாகவும் தமிழ்ச் 'சினேகிதர்களைக் கரையேற்ற' வந்தவராகத் தன்னைக் கற்பிதம் செய்துகொண்டார்.

'அஞ்ஞானம்' குறித்த மலபாரிகளின் புரிதல் வெறுமனே 'மெய் விளக்கமற்ற நிலை' என்பதாக மட்டுமே இருந்ததாகவும், 'சிலை வணக்கம்' செய்தல் குறித்த விமர்சனம் அதில் இல்லை எனவும் கருதினார். கிறிஸ்துவ வேதம் (ரோமர் 1:2132) இவ்விரண்டு அம்சங்களையும் உள்ளடக்கி உள்ளதாக அவர் கருதினார். மலபாரிகளைப் பொருத்தமட்டில் அவர்கள், 'விபூதியையும் பஞ்சாட்சரத்தையும் ஏற்காதவர்களை' (அதாவது சமணர்கள்) மட்டுமே அஞ்ஞானிகள் எனக் கருதுவதாகக் குறிப்பிட்டார். ஸீகன்பால்கிற்கு சமணம் தமிழர்களின் முக்கிய மதங்களில் ஒன்றல்ல: சைவமும் வைணவமே முக்கியமானவை.

மலபாரியர்களை (Heathens) மெய் விளக்கமற்றவர்கள் என ஒட்டு மொத்தமாய் வகைப்படுத்த விரும்பாமலும், அதே நேரத்தில் அவர்களின் ஞானத்தைப் போதுமானது என ஏற்காமலும் இருந்ததன் வெளிப்பாடாகவே அவரது வெறுக்கத்தக்க அஞ்ஞானம் (Abominable Heathenism) என்கிற கருத்தாக்கம் உருவாகிறது. இப்படி வெறுக்கத் தக்கதாகவும் கவனிக்கத்தக்கதாகவும் இம்மக்களின் நம்பிக்கைகளைப் பிரித்து அணுகினார்.

பக்தி வழிப்பட்ட லூத்தரிய மறை ஞானத்தில் தீவிரப்பற்றுக் கொண்டிருந்த ஸீகன்பால்கு சிலை வணக்கத்தையும் பல தெய்வ வழிபாடுகளையும் என்றும் ஏற்றதில்லை. நடந்து சென்று கொண்டிருந்தபோது எதிர்ப்பட்ட சிறு அம்மன் கோயில் ஒன்றின்

ஸீகன்பால்க் பயன்படுத்திய அச்சு இயந்திரத்தின் மாதிரி

வெளிப்புறம் இருந்த சிலை உருவங்களைத் தான் உடைத்து அவமதித்ததைப்பற்றி அவரே எழுதியுள்ளார். தமிழ் மக்களைச் சினேகிதர்களாகவும் கடல் போன்ற ஞானம் உடையவர்களாகவும் கருதியவரும், எள்ளளவும் காலனிய மனப்பான்மை இன்றி வாழ்ந்தவர் என ஆய்வாளர்களால் குறிப்பிடப்படுபவருமான ஸீகன்பால்கின் இச்செயலை வெறும் மதத்திமிராக (Religious Arrogance) மட்டுமே பார்த்துவிட முடியாது. எனினும் அவரது செயல் அன்று ஒரு பெரிய பிரச்சினையாக உருவெடுக்கவில்லை. உள்ளூர் மக்கள் கொதிப்படையவில்லை. பொறுமையாகவும், பெருந்தன்மையுடனும், "நீங்கள் உடைத்தவை எம் முக்கியக் கடவுளல்ல. கடவுளரின் ஏவலர்களே அவர்கள்" என விளக்கினர். டேனிஷ் அதிகாரத்தின் கீழ் வாழ நேர்ந்த அச்சமும் அவர்களின் இந்தப் பொறுமைக்குக் காரணமாக இருந்திருக்கலாம் (பார்க்க: டென்னிஸ் ஹட்ஸனின் முன் குறிப்பிட்ட நூல்).

எனினும் முதற் சீர்திருத்தக் கிறிஸ்துவ மறைப் பணியாளர்களின் முயற்சிகள் அனைத்தும் எந்தப் பிரச்சினைகளுமின்றி நிறைவேறி வந்தன எனக் கருதவேண்டியதில்லை. ஸீகன்பால்குடன் பணியாற்றிய இன்னொரு மறைப் பணியாளரான போவிங், தரங்கம்பாடிக்கு அருகிலுள்ள பொறையாரில் ஒரு பள்ளி

தொடங்கினார். 1710 டிசம்பர் 17 அன்று ஒரு சிறுவனுக்குத் திருமுழுக்கு அளிக்க முயன்றபோது ஏற்பட்ட எதிர்ப்பின் விளைவாக அப்பள்ளியை மூட வேண்டியதாயிற்று. அருகிலுள்ள இன்னொரு கிராமமான தில்லையாடியில் போவிங்கும் அவரது சக பணியாளர்களும் கட்டிய இல்லமொன்றை அங்குள்ள பிராமணர்கள் 1710 ஆகஸ்ட் 8ம் தேதியன்று உடைத்துச் சிதைத்தனர். தமது ஊரில் ஒரு கிறிஸ்தவ மய்யம் உருவாவதை அவர்கள் விரும்பவில்லை. இது போன்ற பிரச்சினைகளின் விளைவாக தரங்கப்பாடி காலனியின் எல்லைகள் மூடப்பட்டன.

முன்குறிப்பிட்ட உரையாடற்தொகுதிகளில் இங்கிருந்த பார்ப்பனப் பூசகர்களின் (Brahmin Priests) பேராசை, தந்திரம், பொருளாசை முதலியன குறித்த விமர்சனங்கள் காணப்படுகின்றன. அறிவுத் துறையை ஏகபோகமாக அவர்கள் கையகப்படுத்தி வைத்திருந்தது குறித்த கண்டனங்களும் உள்ளன. எதிர்ப்படும் பிராமணர்களிடம், "எவ்வளவு காலம் அய்யா, இந்த அப்பாவி மக்களை ஏமாற்றிக் கொண்டிருப்பீர்கள்?" என இவர்கள் கேட்கவும் செய்தனர் (பார்க்க: ஜியோஃப்ரே ஓடியின் முன் குறிப்பிட்ட நூல்).

பிராமணர்களுக்கும் பிராமணரல்லாதவர்களுக்கும், குறிப்பாக 'பறையர்'களுக்கும் இடையிலான முரண்கள் பற்றிய பதிவும் இவற்றில் உண்டு.

"நீங்கள் சொல்வதெல்லாம் உண்மைதான். எங்கள் வாழ்நாள் முழுவதும் பழகியும் கூட அவர்களைப் புரிந்து கொண்டிருப்பதைக் காட்டிலும் உங்களை நன்றாகப் புரிந்து கொண்டுள்ளோம். திருமணம் மற்றும் இறுதிச் சடங்குகளில் புழுங்கல் அரிசி, புதுத்துணி போன்றவற்றைப் பெறுவதற்காகவன்றி எங்களிடம் அவர்கள் நெருங்குவதில்லை"

என மக்களில் ஒருவர் சொன்னதாக ஒரு பதிவு உண்டு.

"எங்களுக்கும் பறையர்களுக்குமிடையே காலங்காலமான வெறுப்பு உண்டு. நாங்கள் பிரம்மனிடமிருந்து தோன்றியவர்கள். சொர்க்கத்தின் மகிழ்ச்சிக்காகப் படைக்கப் பட்டவர்கள். ஆனால் அவர்களோ வெறும் மண் சார்ந்த பிறவிகள். நரகத்தின் கொடுமைகளுக்கும் என்றென்றைக்குமான வேதனைகளுக்கும் உரியவர்கள். அதனால்தான் அவர்கள்

எம்மை வெறுக்கிறார்கள். அவர்களின் குடியிருப்புகள் வழியாகச் செல்லும் போது கல் வீசி எறிகின்றனர்" என ஒரு பிராமணர் பதிலுரைத்தது குறித்த பதிவும் உண்டு .

கிறிஸ்தவத்திற்கு மாறியவர்கள் மத்தியிலும் கூட சாதி உணர்வுகள் தலை விரித்தாடியதன் விளைவாக எருசலேம் ஆலயத்தில் ஆண்களும், பெண்களும், தலித்களும் உயர் சாதியினரும் தனித்தனியே அமர்த்தப்பட்டதாகவே தெரிகிறது. எனினும் எல்லோருக்கான அப்பங்களும் ஒரே புனிதப் பாத்திரத்தில்தான் உள்ளன என்கிற கருத்தை ஸீகன்பால்க் வற்புறுத்தத் தவறவில்லை. தலித் சிறுவர்களுக்குக் கல்வி, அய்ரோப்பியப் பழக்க வழக்கங்கள் முதலியவற்றைப் பயிற்றுவிப்பதில் ஆர்வம் காட்டப்பட்டது. எனினும் கூட 1787ல் புகழ் பெற்ற மிஷனரி கிறிஸ்டியன் ஸ்வார்ட்ஸ் எழுதியுள்ள குறிப்பில் தரங்கம்பாடியிலும் தஞ்சையிலும் ஆலயங்களில் சாதி வேறுபாடு கடைபிடிக்கப்பட்டதை அறிய முடிகிறது (பார்க்க:History of Christianity in India, Source Materials). ஸீகன்பால்கைப் பொருத்த மட்டில் அய்ரோப்பியர்களுக்கும் உள்ளூர் மக்களுக்குமான முரண்கள் குறித்த பிரச்சினைகளை முதலில் சமாளித்தாக வேண்டிய நிர்ப்பந்தம் இருந்தது.

எனினும் சீர்திருத்தக் கிறிஸ்தவத்தில் ஒப்பீட்டளவில் கூடுதலாக சனநாயக முறையில் அதிகாரங்கள் பகிர்ந்தளிக்கப்படுவதால் இன்று தரங்கம்பாடி மிஷன் என்பது தலித்களின் தலைமையில் உள்ளது குறிப்பிடத்தக்கது. இது கவனத்துக்குரிய ஒரு முக்கியமான அம்சம்.

சிலோன் முதல் சோழ மண்டலக் கரையினூடாக வடக்கே முகலாயப் பேரரசுவரை பரவியுள்ள தென்னிந்தியச் சமூகத்தின் நம்பிக்கைகள், மரபுகள் ஆகியவற்றைப் பதிவு செய்கிறது ஸீகன்பால்கின் 'மலபாரியின் ஹீதனிஸம்' என்னும் நூல். இங்குள்ள இரு முக்கிய மதப் பிரிவுகளாக (sects) 'சிவசமயம்' 'விஷ்ணுசமயம்' ஆகியவற்றை அவர் குறிப்பிடுகிறார். இரு மதப்பிரிவுகளைச் சேர்ந்தோர் (சிவபக்திக்காரர் விஷ்ணுபக்திக்காரர்) வணங்கும் கடவுளர், தரிக்கும் அடையாளங்கள் ஆகியவற்றை விரிவாகப் பதிவு செய்கிறார். இரு பிரிவினருக்குமிடையிலான முரண்களையும், மண உறவுகள் இல்லாத நிலையையும் விளக்க அறுபத்து நான்கு திருவிளையாடற் புராணத்தின் இருபத்திரண்டாம் திருவிளையாடற் கதையை விரிவாக விளக்குகிறார்.

இவ்விரு முக்கிய மதப்பிரிவுகளும் மேலும் நான்கு உட்பிரிவுகளாக உள்ளதாக ஸீகன்பால்கு குறிப்பிடுகிறார். சரியை, கிரியை, யோகம், ஞானம் என்பதாக இவற்றைப் பெயரிடுகிறார். மதச் சடங்குகள், கடமைகள் ஆகியவற்றிற்கு அதிக முக்கியத்துவம் அளிக்காது லௌகீக வாழ்வை மேற்கொண்டவர்கள் 'சரியை'ப் பிரிவினர். எனினும் இவர்கள் திருநீறு, நாமம் தரிப்பார்கள். பல்வேறு பணிகளில் ஈடுபட்டுள்ளவர்களானாலும் மதக் கடமைகளைச் செய்பவர்களாகவும், தூய்மையைக் கடைபிடிப்பவர்களாகவும் உள்ளவர்கள் 'கிரியைப் பிரிவினர். இவர்களில் சிவபக்திக்காரர் ருத்ராட்ச மாலை அணிந்திருப்பர். இக் குழுவைச் சேர்ந்த பிராமணர்கள் 'பண்டாரங்கள்' அல்லது 'ஆண்டிகள்' என வழங்கப்படுவதாகவும் ஸீகன்பால்க் குறிப்பிடுவார்.

மூன்றாம் பிரிவினர் 'யோகிகள்'. இவர்கள் கடவுள் மற்றும் சடங்குகள் பற்றிக் கவலைப்படாதவர்கள். பிரம்மச்சாரிகள் அல்லது திருமண பந்தத்தைத் துறந்தவர்கள். வீடுகளைத் துறந்து வாழ்வார்கள். யோகப் பயிற்சி உடையவர்கள். நான்காமவர், 'ஞானிகள்', கடும் பயிற்சிகள் மூலம், தவத்தின் மூலம் பேரறிவு நிலை எய்தியவர்கள். உலகாயதமான விசயங்களை மட்டுமின்றி முக்திக்கான வழிமுறைகளாகப் பிற மூன்று பிரிவினரும் நம்புகிற பல மூட நம்பிக்கைகளை வென்றவர்கள் இவர்கள். அப்படியான ஒரு ஞானியாகச் சிவவாக்கியரைக் குறிப்பிடும் ஸீகன்பால்க் சிவவாக்கியத்திலிருந்து நாமறிந்த பல சாத்திர, சடங்குகளுக்கு எதிரான பாடல்களை விரிவாக மேற்கோள் காட்டுகிறார். மத, சாதி வேறுபாடுகளுக்கு எதிரான ஞானியரின் கருத்துக்களை வியந்தோதுகிறார்.

இவை தவிர, தென்னிந்தியர்கள் மத்தியில் நிலவுகிற, ஆனால் மேற்குறித்த இரு பிரிவினரால் ஏற்கப்படாத ஆறு சமயங்களாக கீழ்க்கண்டவற்றைப் பட்டியலிடுகிறார். 1.பவுத்தம் இவர்களிடமிருந்தே தமிழர்கள் கவிதைகளைப் பெற்றனர். 2.சமணம்: கணிதமும் பிற அறிவியல்களும் இவர்களிடமிருந்து பெறப்பட்டன. 3.மீமாம்சம் 4. மிலேச்சர் (Barbarians) 5.கருதவர் 6.ஓடியர். தமிழர்கள் எவ்வாறு சமணத்தைப் புறங்கண்டனர் என்பது (கழுவேற்றப்பட்ட வரலாறு) விரிவாகப் பதிவு செய்யப்படுகிறது. தமிழர்களின் புனித நூல்கள் என 1) நால் வேதங்கள் 2) ஆறு சாத்திரங்கள், 3) பதினெட்டு புராணங்கள்

4) இருபத்து நான்கு ஆகமங்கள் 5) அறுபத்து நான்கு கலை ஞானங்கள் ஆகியன பட்டியலிடப்படுகின்றன.

"நால் வேதங்கள் ஒரு சில பூசகர்களிடம் மட்டுமே உள்ளன. சாதாரண மக்களிடம் கிடையாது. எனினும் இவற்றில் காணப்படும் கருத்துக்கள் வேறு பல (சாதாரண) நூற்களில் சிதறிக் கிடக்கின்றன. பதினெட்டு புராணங்கள் மற்றும் இதர வரலாற்று நூற்களில் பல்வேறு பகுதிகள் எல்லா இடங்களிலும், சாதாரண மக்கள் மத்தியிலும்கூடப் புழக்கத்தில் உள்ளன. ஆனால் 24 ஆகமங்களும் 64 கலைஞானங்களும் மிகச் சில கற்றறிந்தவர்களிடம் மட்டுமே உள்ளன. மற்ற நூற்களைப் பொறுத்த மட்டில் கற்க விரும்புகிற யாரும் அவற்றை எளிதில் பெற முடியும். தென்னிந்தியரின் பெரும்பாலான நூல்கள் செய்யுள் வடிவிலேயே உள்ளன. ஒரு சிலரே அவற்றைப் படித்தறிய இயலும்" என்கிறார் ஸீகன்பால்க். 'திரிகாலச் சக்கரம்' என்றொரு நூலை அவர் மிக முக்கியமாகக் குறிப்பிடுகிறார்.

தமிழர்தம் இறைக் கொள்கைகள், சடங்குகள், திருநாட்கள், கோயில்கள், கட்டிடக்கலை, தத்துவப் பார்வைகள், விவசாயம், மருத்துவம், விஞ்ஞானம், வானவியல், கவிதை, இசை, போர்கள், சாதிமுறை ஆகியன பற்றி எல்லாம் தாம் சேகரித்த தகவல்களை விரிவாகப் பதிவு செய்கிறார் ஸீகன்பால்க்.

தரங்கம்பாடியில் 98 சாதிகள் உள்ளன என்றுகூறும் ஸீகன்பால்க், நான்கு வருணங்களைக் குறிப்பிட்ட பின் சூத்திரர்கள் கீழ்க்கண்ட சாதிகளாகப் பிரிந்துள்ளனர் என்கிறார். 1. சூத்திர பிராமணர்: இவர்களுள் மேலும் பல உட்பிரிவுகள் உண்டு 2. வெள்ளாளர்: இவர்களுக்குள்ளும் பல உட்பிரிவுகள் 3. முதலியார்: அலுவலகப்பணி 4. பிள்ளைமார்: இராணுவப் பணி 5.வன்னியர்: இராணுவம், சிலம்பாட்டம் 6.மலைமக்கள் 7.காணியாளர் 8.விழாவணி: படைவீரர், விவசாயம் 9.கைக்கோளர்: நெசவாளிகள் 10. சேணியர்: நெசவாளிகள் 11.சாலியர்: நெசவாளிகள் 12.ராஜாக்கள்: அரண்மனைப் பணி 13.முத்தரையர்: போர்ப் பயிற்சி 14.கம்மவார்: தெலுகு படைவீரர் 15. கவரையர்: வளையல் தொழில் 16. ரெட்டியார்: விவசாயம், ராணுவம் 17.வாணியர்: எண்ணை வணிகம் 18. தச்சர் 19. கொல்லர் 20.தட்டார் 21.கன்னார் 22. கல்தச்சர் 23.இடையர் 24. வணிகர் 25. வியாபாரி: தங்கம், வயிரம், முத்து, வணிகம் செய்வோர் 26.பாணான்: தையற்காரர் 27.விரீகர்: அரிசி வணிகம் 28.மல்லக ஜாதி: 'மஸாஜ்' செய்வோர் 29.போயாண்டன்: பல்லக்கு

சுமப்போர் *30*. வலசை: உப்பு வணிகர் *31*. விடியர்: எழுத்தர்கள் *32*. ஆட்டு வணிகர்: கசாப்புக் கடைக்காரர் *33*.சாணார்: கள் இறக்குவோர் *34*. தெலுங்கர்: நெசவாளி *35*.கண்ணாடிக்காரர்: விலை உயர்ந்த கற்கள் மற்றும் ருத்ராட்சம் விற்போர் *36*. மறவர்:போர் வீரர் *37*.ஒட்டியர்: எண்ணை எடுக்கத்தக்க பழம் ஒன்றை விற்போர். *38*. கொட்டை போடுபவர்: அவரை போன்ற ஒரு தானியத்தை விதைப்பவர் *39*.முட்ஷிசியர்: (பொருள் புரிய வில்லை) *40*. குச்சரர்: வட்டிக்குக் கடன் கொடுப்போர் *41*.கொலைஞர்: கொள்ளையர் *42*. துலுவர்: கேடயம் சுமப்போர். *43*.இலாடன்:புனிதமாகக் கருதப்படும் யாசகர்கள் *44*. ராஜபுத்திரர்: படை வீரர் *45*.பரவர்: கடற்தொழில், இவர்களில் பலர் ரோமன் கத்தோலிக் மதத்தைத் தழுவியவர்கள் *46*.படவர்: மீனவர். *47*.செம்படவர்: உள்நில மீனவர் *48*.கரையான்: கரையருகில் வாழ்வோர், கப்பல்களில் சுமை ஏற்றி இறக்குவோர் *49*. ஜெயின்: கணக்கு எழுதுவோர் *50*.குறவர்: கூடை முடைதல், தாழ்ந்த சாதி –நாய், பூனை எனக் கறி உண்போர். *51*. வேடன்: வேட்டைத் தொழில் *52*. இருளர்: அடர்ந்த காடுகளில் வசிப்போர் *53*.குறும்பர்: பெரும்காடுகளில் வசிப்போர், கிழங்கு உண்பவர்கள் *54*. ஆர்யர்: வைர வணிகம் *55*. கழாயர்: கழைக்கூத்தாடிகள் *56*.கூத்தர்: ஆண், பெண் நடனமாடிகள் *57*. நோக்கன்: அலைந்து திரியும் ஏமாற்றுக்காரர்கள் *58*.தோட்டியர்: குளம், கிணறு, சமாதி தோண்டுவோர் *59*.வண்ணார்: அய்ரோப்பா போல 'சோப்' பயன்படுத்தப்படாததால் துணி வெளுப்பு இங்கே எளிதான வேலை *60*.அம்பட்டர்: முடிதிருத்துதல் *61*.குசவர்: குயவர் *62*.பள்ளர்: படைவீரர் *63*.பறையர்: தாழ்ந்த சாதியாகக் கருதப்படுவோர், தூக்கிலிடுதல், எரியூட்டுதல் மற்றும் தாழ்ந்த பணிகளைச் செய்வோர் *64*.சக்கிலியர்: தோல் தொழில் *65*.முரசர்: போர்த் தொழில் *66*.வள்ளுவர்: சோதிடம் *67*.கோவிகன்: கம்பளி நெய்வோர் *68*. செம்மான்: தோல் பை தைப்போர் *69*.தொழுவன்: கழுதைகளில் உப்பு வணிகம் செய்வோர் *70*. சித்தர்: சித்து வேலை செய்வோர் *71*.பட்டிணக் கரையார்: மிகத் தாழ்ந்த சாதியினர்.

இவர்கள் தவிர அரசர், பூசகர், புலவர், ஆசிரியர், ஆளுநர், அமைச்சர்கள் போன்றோரும் உண்டு. இவர்கள் தனிச் சாதியினர் அல்ல. எனினும் அரசரானாலும் பிரபுக்களானாலும் பெயர்களில் தம் சாதிப் பட்டங்களை இணைத்துக் கொள்ள வேண்டும் எனக் குறிப்பிடும் ஸீகன்பால்க் சாதித் தொழில், அகமண முறை ஆகியவற்றைப் பற்றியும் எழுதுகிறார். கிறிஸ்தவர்களாக மதம் மாறும் உயர் சாதியினர் சாதி விலக்கு செய்யப்படுவர்

என்பதைக் கூறி, சாதி முறைக்கு எதிரான கபிலரின் (கபிலரகவல்) கருத்துகளோடு இப் பகுதியை நிறைவு செய்வார் ஸீகன்பால்க்.

ஸீகன்பால்கின் கருத்துகள் அனைத்தும் முற்று முழுமையான ஆய்வு முடிவுகள் என்பதல்ல. எனினும் பதினெட்டாம் நூற்றாண்டுத் தமிழ்ச் சமூகத்தைப் புரிந்து கொள்ள முனையும் யாரும் அவரது தொகுப்புக்களைக் கணக்கிற் கொள்ளாது மேற்செல்ல இயலாது.

பயன்பட்ட நூற்கள்:

B.Ziegenbalg: Malabarian Heathenism(ed) D. Jayaraj, Chennai, 2006.)

B.Ziegenbalg: Genealogy of the South India Deities (ed) D.Jayaraj, London, 2003.

Daniel Jayaraj: Bartholomaus Ziuegenbalg-An Indian Assessmenr NewDelhi 2006.

Erich Beyreuther, 'Bartholomaens Ziegenbalg'. 2006.

George Oommen and Hans Raun Iversen: 'It began in Copehbagen, 2005.

D.Dennis Hudson: 'protestant origin in India; U.K 2000

Geoffrey A. Oddie: 'Imagined Hinduism', NewDelhi, 2006.

M.K. Kuriakos: 'History of Christianity in India: source Meterials' Chennai, 2003.

E.Amo Lehman, It Began at Tranquebar, Chennai 2006.

Gurukal Journal of Theological Studies: Special Issue on Zeigenbalg, chennai, July 2006.

Briraj Singh: The First Protestant Missionary to India, NewDelhi1999.)

குறிப்பு

தரங்கம்பாடி டேனிஷ் கோட்டையிலுள்ள அருங்காட்சியகத்தில் ஸீகன்பால்க் குறித்த விவரங்கள் இல்லாதது வருந்தத்தக்கது.

சில நல்ல நூற்களைத் தந்துதவிய மதிப்பிற்குரிய திரு. தியோடர் பாஸ்கரன் அவர்களுக்கு நன்றிகள்.

தமிழ் முஸ்லிம்களும்
அச்சு ஊடகமும்
பதிப்பு முயற்சிகளும்

அ

ஞானக்கூத்தன் கவிதைகளுள் எனக்குப் பிடித்தவற்றில் ஒன்று: 'விட்டுப்போன நரி'. சிலருக்கு நினைவிருக்கலாம். மாணிக்கவாசகருக்காக மாதொருபாகர் நரிகளைப் பரிகளாக்கிய திருவிளையாடல் குறித்த கவிதை அது. பரிகளாக மாற்றப்படும் போது ஒரு நரி மட்டும் விட்டுப் போய் விடுகிறது. 'வாதவூரடிகளுக்காக நரிகளைத் தேர்ந்தபோது நீதியோ என்னை மட்டும் விலக்கிய செய்கை சாமி?' என அந்நரி நியாயம் கேட்டு எதிர் நிற்கிறது. திருவருள் திட்டம் பொய்த்தது பற்றிய குற்ற உணர்வுடன் திகைக்கிறார் இறைவன். தேவியும் ஏளனப் புன்னகை புரிகிறாள். சுதாரித்துக் கொண்டு கீற்று நிலாத் திகழ் ஈசர் சொல்வார்: 'நரிகளைப் பரிகளாக்கும் திருவிளையாடல் முற்றும். விடுபட்ட பேரை நாங்கள் கவனிக்க மாட்டோம். போய் வா!'

இந்திய, தமிழக முஸ்லிம்களைப் பற்றி நினைக்கும் போதெல்லாம் ஞானக்கூத்தனின் இந்தக் கவிதைதான் நினைவுக்கு வரும். உலகிலேயே அதிக முஸ்லிம்கள் வாழும் நாடுகளில் இரண்டாவது நம்முடையது. முஸ்லிம்களாக ஆவதற்கு முன்பிருந்தே அரபியர்கள் தமிழகத்துடன் வணிகத் தொடர்பு கொண்டிருந்ததற்கு நமது தமிழிலக்கியங்களில் ஏகப்பட்ட சான்றுகள் உண்டு. யவனர், சோனகர், துருக்கர் என நமது இலக்கியங்களில், கல்வெட்டுகளில், நிகண்டுகளில், உரைநூற்களில் பதிவுகள் உண்டு (பார்க்க: முகமது உவைஸ், அஜ்மல்கான் எழுதியுள்ள 'இஸ்லாமிய தமிழ் இலக்கிய வரலாறு தொகுதி 1, மதுரை காமராசர் பல்கலைக்கழக வெளியீடு, 1986, பக் 161). பல நூற்றாண்டுகளாக இங்கு தமிழ் முஸ்லிம்

குடியிருப்புகள் இருந்துவந்ததற்கும் வெளிநாட்டார் குறிப்புகள் மற்றும் கல்வெட்டுச் சான்றுகள் உண்டு. திருச்சி கோட்டை ரயில் நிலையத்திற்கு அருகிலுள்ள ஒரு பள்ளி எட்டாம் நூற்றாண்டைச் சேர்ந்தது என்கிறார்கள். தஞ்சைப் பெருவுடையார் கோலிலுக்குக் கொடை அளித்தவர்களில் ஒருவர், 'தஞ்சைப் புறம்படி ராஜவித்யாதரப் பெருந்தெருவில் இருக்கும் சோனகன் சாமூர்' என இராஜராஜனின் கல்வெட்டிலிருந்து (கி.பி. 1014) அறிகிறோம். இரண்டாம் மாறவர்மன் சுந்தர பாண்டியனின் திருப்புல்லாணிக் கல்வெட்டில் (1247) 'கீழ்ச்செம்பி நாட்டுப் பௌத்திரமாணிக்கப்பட்டின கீழ்பால் சொனக சாமந்தப் பள்ளியான பிழார்ப் பள்ளிக்கு' அவனளித்த நன்கொடை குறிக்கப் பட்டுள்ளது. பௌத்திர மாணிக்கப்பட்டினம் இன்றைய 'ஏர்வாடி' என்பர். மாணிக்கவாசகர் இங்குதான் குதிரை வாங்கச் சென்றார் என்றும் சொல்வதுண்டு. பதின்மூன்றாம் நூற்றாண்டின் இறுதியில் வந்த மார்கோபோலோ, வஸ்ஸாப் போன்ற பயணிகளின் குறிப்புகளிலிருந்தும் முஸ்லிம் சமூகங்கள் இங்கு வசித்ததை அறிகிறோம். 1310 வாக்கில் மதுரைக்குப் படை எடுத்து வந்த மாலிக் காபூர் (அல்லாவுதீன் கில்ஜியின் தளபதி) தன்னை எதிர்த்து நின்ற பாண்டிய மன்னனின் படைகளில் முஸ்லிம் படைப்பிரிவு ஒன்றிருந்ததைக் கண்டு திகைத்துப் போனதை அவருடன் கூட வந்திருந்த புகழ்பெற்ற கவிஞர் அமீர் குஸ்ரு பதிவு செய்கிறார்.

இப்படிப் பன் நூற்றாண்டுகளாக நம்முடன் ஊடுபாவாக இழைந்து வாழ்ந்து அரசியல், பொருளாதார, கலாச்சார அம்சங்களில் பரஸ்பர வினையாற்றிக் கொண்டுள்ள ஒரு சமூகத்தைப் பற்றிய பதிவுகள் நமது வரலாற்றுக் கணக்கெடுப்புகளில் மிகக் குறைவு. தமிழக உருவாக்கத்தில் மேற்குறித்த மூன்று துறைகளிலும் முஸ்லிம்களின் பங்களிப்பு பார தூரமானது. 12ஆம் நூற்றாண்டு தொடங்கி ('பல்சந்த மாலை') தமிழ் இலக்கிய வளர்ச்சியிலும் முஸ்லிம்கள் பெரும் பங்காற்றியுள்ளனர். பேரிலக்கிய வடிவங்கள் குறைந்து சிற்றிலக்கிய வடிவங்கள் ஏற்றம் பெற்றிருந்த இக்கால கட்டத்தில், மாலை, பள்ளு, ஏசல், அந்தாதி, கீர்த்தனை, ஆனந்தக் களிப்பு, சிந்து, கும்மி, பிள்ளைத்தமிழ் என வழக்கிலிருந்த பல்வேறு வடிவங்களைப் பயன்படுத்தியது தவிர 'முனாஜத்', 'மசலா', போன்ற வடிவங்களை அரபு மரபு களிலிருந்தும் 'நாமா', 'கிஸ்ஸா'

போன்ற வடிவங்களை பாரசீக மரபிலிருந்தும் தமிழுக்குக் கொணர்ந்தனர். 'படைப் போர்' என்றொரு போர்ப் பாடல் (War Ballad) வடிவம் தமிழ் முஸ்லிம்களால் இங்கு உருவாக்கப்பட்ட புதிய இலக்கிய வகை.

முஸ்லிம்களின் பதிப்பு முயற்சிகள் 1842 இல் தொடங்குகிறது. முதலில் பதிப்பிக்கப்பட்ட நூல் தமிழ் முஸ்லிம் இலக்கியங்களிலேயே ஆகச் சிறந்ததாகக் கருதப்படும் 'சீறப்புராணம்'. முஸ்லிம்களால் இறுதி இறைத்தூரதராகக் கருதப்படும் நபிகள் நாயகத்தின் வரலாற்றைக் கூறும் இக்காவியம் உமறுப் புலவரால் இயற்றப்பட்டதென்பதை நாம் அறிவோம். இதனை அச்சிற் பதிப்பித்தவர் செய்கு அப்துல் காதிர் நெய்னார் லெப்பை ஆலிம் அவர்கள். காயல்பட்டிணத்தைச் சேர்ந்த உவைசு நயினார்ப் புலவராலும், யாழ்ப்பாணத்துப் பக்கீர் முகியித்தின் என்பவராலும் பரிசோதிக்கப்பட்டது இப்பதிப்பு.

18ஆம் நூற்றாண்டின் தொடக்கத்திலிருந்தே (1712) தமிழ்நாட்டில் நூற்கள் அச்சிடப்படுவதைக் கணக்கிற் கொண்டால் முஸ்லிம்களின் பதிப்பு முயற்சி சற்றுத் தாமதமாகத் தொடங்குவதென்னவோ உண்மைதான். எனினும் தமிழில் தீவிரமான பதிப்பு முயற்சிகள் 'சீறாப்புராணம்' பதிப்பிற்குப் பின்னரே தொடங்குகிறது என்பதையும் நாம் கவனத்தில் கொள்ள வேண்டும். தரங்கம்பாடியிலிருந்த டென்மார்க் நாட்டு மிஷனரியான பார்த்தலோமஸ் ஸீகன்பால்கிற்கு ஒரு அச்சு எந்திரமும் 100 ரீம்கள் பேப்பரும் லண்டனிலிருந்து 1712 ஆம் ஆண்டு வந்து சேர்ந்தன. இங்கு அச்சிடப்பட்ட முதற் தமிழ் நூற்கள் கிறிஸ்தவ மதப் பிரச்சாரங்களாகவும் முஸ்லிம், இந்து மதங்கள் குறித்த விமர்சனங்களாகவும் அமைந்தன. பழந்தமிழ் நூற்பதிப்புகளைப் பொறுத்த மட்டில் திருக்குறளும் அவ்வையாரின் பாடல்களும் மட்டுமே தொடக்கத்தில் அச்சிடப்பட்டன என்கிறார் ரெவரன்ட் வில்லியம் டைலர். 1835 இல் கொட்டையூர் சிவக்கொழுந்து தேசிகர் 'திருவாசக'த்தைப் பதிப்பிக்கிறார்.

1842 இல் 'சீறாப்புராணம்' பதிப்பிக்கப்பட்டதைக் குறிப்பிட்டேன். ஐந்தாண்டுகளுக்குப் பின்னரே 1847இல் தொல்காப்பிய எழுத்ததிகாரத்தை நச்சினார்க்கினியர் உரையுடன் மழவை மகாலிங்கையர் பதிப்பிக்கிறார். 1868 இல் சொல்லதிகாரம் சேனாவரையர் உரையுடன் சி.வை. தாமோதரம்பிள்ளையால் பதிப்பிக்கப்படுகிறது. வீரசோழியம் (1881), இறையனார் களவியல் உரை (1883), பொருளதிகாரம் (1885) ஆகியன

தொடர்ந்து அவரால் பதிப்பிக்கப்படுகின்றன. சீறாப்புராணம் பதிப்பிக்கப்பட்டு பதின்மூன்றாண்டுகளுக்குப் பின்னரே (1885) உ.வே.சா.வின் பிறப்பு நிகழ்ந்தது (உவைஸ், மே.கு.நூ.பக்.418).

எனினும் கூட தமிழின் அச்சு நூல் வரலாறுகளை எழுதியவர்கள் முஸ்லிம்களின் முயற்சிளைக் கண்டு கொள்வதில்லை. இது போன்ற கணக்கெடுப்புகளில் இன்று வரை விடுபட்ட நரிகளாகவே முஸ்லிம்கள் அமைந்து விடுகின்றனர். பதிப்பு முயற்சிகளில் மட்டுமின்றி, பொதுவான தமிழிலக்கிய வரலாற்றை எழுதும் போதும், தமிழ்ப் புலவர் வரிசையைத் தொகுக்கும்போதும் விடப்படுவர்கள் முஸ்லிம்களே. தமிழ்ப் புலவர் வரிசையைத் தொகுத்த சைமன் காசி செட்டி (1859) அவ்வரிசையில் உமறுப்புலவர் உள்ளிட்ட ஒரு முஸ்லிம் புலவரைக்கூடச் சேர்க்கவில்லை என்பதை இரண்டாண்டுகளுக்கு முன்பே ஒரு கட்டுரையில் குறிப்பிட்டிருந்தேன். நம் எல்லோருக்குள்ளும் நம்மை அறியாமலே உறைந்துள்ள இந்து மனமே இதற்குக் காரணம் என்றும் கூறியிருந்தேன். ஆனால் சைமன் காசிச் செட்டி கிறிஸ்தவராயிற்றே என்றொரு கேள்வியை எழுப்பினார் நாமக்கல் நண்பர் பேராசிரியர் துரை. இந்தியத் துணைக் கண்டத்தைப் பொறுத்தமட்டில் சாதியம் உள்ளிட்ட இந்துத்துவப் பண்புகளை உள்வாங்கியர்களாகவே உயர் சாதிக் கிறிஸ்தவர்கள் உள்ளனர். யாழ்ப்பாணக் கிறிஸ்தவர்கள் இன்னும் மோசம். பத்தொன்பதாம் நூற்றாண்டில் இந்துக்களைக் காட்டிலும் கிறிஸ்தவர்கள் இங்கு அதிக முஸ்லிம் வெறுப்புடையவர்களாக இருந்தது இன்னொரு கதை.

சு.அ.ராமசாமிப் புலவர் எழுதிய "தமிழ்ப் புலவர் வரிசை" என்னும் நூல் சைவ சித்தாந்த நூற் பதிப்புக் கழகத்தால் (1953) வெளியிடப்பட்டது. அதில் உமறுப்புலவர் பற்றி எழுத வரும் ஆசிரியர், "இப்புராணம் (சீறா) தமிழர்களாற் பாடப்பெற்றது போலவே செந்தமிழ் நடையில் அமைந்துள்ளது" என்று கூறுவார் (புத்தகம் 5, பக். 104). பல தலைமுறைகளாகத் தமிழகத்திலேயே வாழ்ந்து, தொழில் செய்து வந்த குடும்பத்தில் பிறந்து கடிகை முத்துப் புலவரிடம் தமிழ் கற்று, எட்டயபுரம் அரசவைப் புலவராக இருந்த உமறுப் புலவரைத் தமிழராக ஏற்றுக் கொள்ளக்கூட நமது புலவர் மரபு தயங்கியது கவனிக்கத்தக்கது.

இப்படி ஏராளமான எடுத்துக்காட்டுகளைச் சொல்ல முடியும். ஒரு விதி விலக்காகப் பேராசிரியர் தொ. பரமசிவம் அவர்களைச்